रत्नाकर मतकरी

कृष्णकन्या

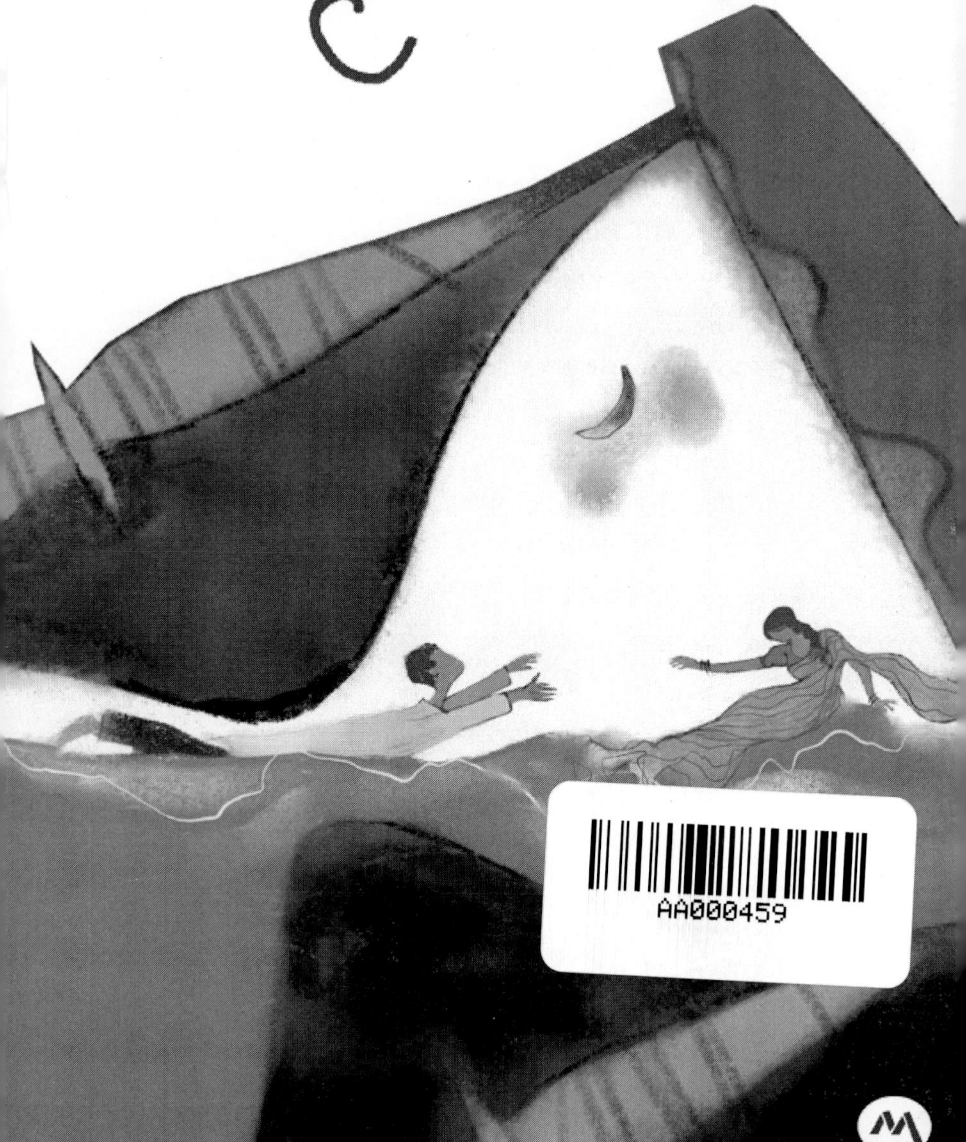

मेहता पब्लिशिंग हाऊस

Please contact us at **Mehta Publishing House Pvt. Ltd.,** Pune 411030.
Email : production@mehtapublishinghouse.com
Website : www.mehtapublishinghouse.com

◆ *या पुस्तकातील लेखकाची मते, घटना, वर्णने ही त्या लेखकाची असून त्याच्याशी प्रकाशक सहमत असतीलच असे नाही.*

KRUSHNAKANYA by RATNAKAR MATKARI

कृष्णकन्या : रत्नाकर मतकरी / कथासंग्रह

author@mehtapublishinghouse.com

© प्रतिभा मतकरी

मराठी पुस्तक प्रकाशनाचे हक्क : मेहता पब्लिशिंग हाऊस प्रा. लि., पुणे.

संस्थापक : सुनील अनिल मेहता

प्रकाशक : मेहता पब्लिशिंग हाऊस प्रा. लि.,
१९४१, माडीवाले कॉलनी, सदाशिव पेठ, पुणे - ४११०३०.

मुद्रक : ट्रिनिटी ॲकॅडमी फॉर कॉर्पोरेट ट्रेनिंग लिमिटेड

प्रकाशनकाल : ऑगस्ट, २०२१ / पुनर्मुद्रण : जानेवारी, २०२४

मुखपृष्ठ : चंद्रमोहन कुलकर्णी

किंमत : ₹ २२०

P Book ISBN 9789391151744
E Book ISBN 9789391151799
E Books available on : amazonkindle Apple Books Google Play Books

** या संग्रहातील सर्व कथांच्या भाषांतराचे, कथनाचे, रूपांतराचे, पटकथेचे, एकांकिका वा नाटक यांचे, श्रुतिकेचे, दूरदर्शन सादरीकरणाचे, चित्रपटाचे इत्यादी सर्व हक्क प्रतिभा मतकरी यांच्या स्वाधीन आहेत. त्यांच्या अनुमतीशिवाय या कथा कुठल्याही पद्धतीने वापरता येणार नाहीत.*

* पायरेटेड पुस्तकांची खरेदी-विक्री हा कायद्याने गुन्हा आहे आणि अशा गुन्ह्याविरोधात कायदेशीर कारवाई होऊ शकते.

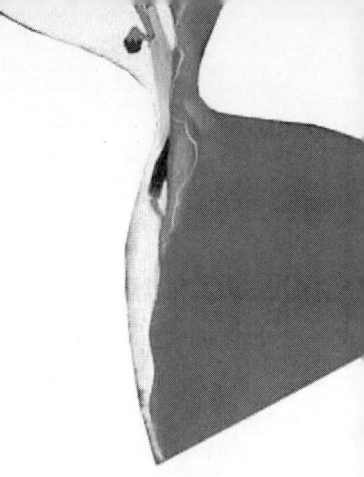

'कृष्णकन्या' घडताना...

गेली साठहून अधिक वर्षं रत्नाकर मतकरी गूढकथा लेखन कमालीच्या सातत्यानं करीत आले. 'खेकडा' या पहिल्याच गूढकथेपासून सुरू झालेला हा प्रवास, अडीचशे कथांचा टप्पा पार करूनही अव्याहत सुरू राहिला. या प्रवासात त्यांनी गूढकथेच्या सर्व शक्यता आजमावल्या. मानसशास्त्रीय कथा, भयकथा, भूतकथा, गुन्हेगारी कथा, विज्ञान कथा, भविष्यवेधी कथा – अशा सर्व शैलींमध्ये त्यांनी गूढकथालेखन केलं. सोबत सामाजिक कथालेखनही होतंच. (जे बऱ्याचदा नाटकांमध्येही परावर्तित झालं). सर्व प्रकारच्या लेखनात मतकरींचं सामाजिक भान जागृत असे, हे मतकरींच्या वाचकाला नव्यानं सांगायला नको. अगदी वरवर काव्यात्मक वाटणाऱ्या परीकथेच्या किंवा भयकथेच्या अंगानं जाणाऱ्या गूढकथांमध्येही ते माणूस आणि त्याचं जगणं याचा व्यापक विचार करताना दिसतात. गेल्या दहा-बारा वर्षांतल्या त्यांच्या लेखनातून तर माणसाचं विनाशाकडे वेगानं जात असणं फार स्पष्टपणे उतरलं. ('इन्व्हेस्टमेंट' हा त्यांचा चित्रपट नि 'मेजवानीचा फार्स' हे नाटक ही अशा लेखनाची ठळक उदाहरणं.) अर्थात, कथालेखनही याला अपवाद नव्हतंच. 'निर्मनुष्य', 'अंतर्बाह्य', 'इन्व्हेस्टमेंट' हे त्यांचे अलीकडचे कथासंग्रह पाहिले, तर हे सहजपणे लक्षात येईल. उगवणारा प्रत्येक दिवस नि त्याच्याशी निगडित घटितं, या लेखकाच्या मनात नव्या रचनांची बीजं पेरत असत. त्यांची तत्पर लेखणी त्याच गतीनं त्यांतून समृद्ध कलाकृती घडवत असे.

एके दिवशी मात्र वेगळं घडलं. दिवाळी अंकांमधील कथालेखनासाठी सरसावलेली मतकरींची लेखणी मनातलं कागदावर न उतरवताच शांत झाली. तरीही, दोन संग्रह होतील इतक्या नव्या कथा ते वाचकांसाठी मागे सोडून गेले. 'कृष्णकन्या' हा प्रस्तुत संग्रह त्यांपैकी एक.

या संग्रहातल्या नऊ कथांपैकी सात गूढकथा आहेत. या कथांमधून मतकरींच्या चाहत्यांना, त्यांचे आवडते – दर वेळी गूढाचा नवा खेळ मांडून रिझवणारे– 'कुशल कारागीर' मतकरी भेटतील. इथे नियतीची चेष्टितं, काळ, मृत्यू अशा अनादि-अनंत संकल्पनांची चित्तवेधक रचना करताना त्या शक्तींपुढे मानवाची हतबलता ते अपरिहार्यपणे मांडतात. या संग्रहातल्या 'कृष्णकन्या' आणि 'हुलकावणी' या दोन विभिन्न प्रवृत्तींच्या कथांमधून हे प्रकर्षानं जाणवतं.

पूर्वसूचना आणि घटनाक्रम यांना कल्पनेच्या 'कॅलिडोस्कोप'मधून पाहताना मतकरींना असंख्य रचना स्फुरल्या. 'सीक्वेन्स', 'द्रष्टा' ही त्यांच्या अशा रचनांची प्रसिद्ध उदाहरणं. 'हुलकावणी'ही त्या यादीत बसू शकेल. मतकरींच्या गूढकथांमधल्या या रचनाकौशल्यामागची प्रक्रिया जाणून घेणं इंटरेस्टिंग आहे. ''मी एखादा खेळ खेळावा, तसा मनाचा चाळा म्हणून एखाद्या गूढकथेची रचना करीत जातो. वेगवेगळे मुद्दे लक्षात घेऊन कधी शेवटापासून उलट सुरुवातीपर्यंत किंवा कधी एखाद्या मधल्याच घटनेपासून रचनेचा विचार करीत जातो. त्यातून या कथा तयार होतात.'' असं मतकरी म्हणत असत. म्हणजे त्यांच्या लेखी कथा रचत जाणं, हे बुद्धीला फक्त एक खाद्य होतं! पण ही रचना करताना त्या लेखनामधून उभ्या राहणाऱ्या सकस व्यक्तिरेखा, अपेक्षित काळ, कथेच्या गरजेप्रमाणे बदलती भाषा, गूढकथेला पोषक अशी चित्रदर्शी वातावरणनिर्मिती नि मुख्य म्हणजे वाचकाला विचारात पाडणारा आशय– या सगळ्या गोष्टी निर्माण होत असत, ज्यासाठी लेखकानं, त्याच्याच म्हणण्याप्रमाणे विशेष प्रयत्न केलेले नसत! 'हुकमी प्रतिभा'– एवढंच यामागचं स्पष्टीकरण असे!)

मतकरींच्या गूढकथांचा शेवट धक्कादायक असतो. अर्थात, हा धक्का प्रत्येक गूढकथेच्या जातकुळीप्रमाणे कमी-अधिक ताकदीचा असतो. 'कृष्णकन्या' या कथेमध्ये असा धक्कादायक शेवट आहेच; पण त्याखेरीज वाचकालाच कथानकात सामावून घेणारा एक प्रश्नही आहे. या कथेचं हे वेगळेपण आहे.

'दुष्ट गोष्ट' ही कथा मतकरींनी लिहिली, ती 'स्टोरीटेल' या ऑडिओ बुक्सच्या ॲपसाठी. मुळात श्रोत्यांसाठी लिहिलेली ही कथा, या संग्रहातून पहिल्यांदाच वाचकांसमोर लिखित स्वरूपात येतेय. या कथेत बुद्धिनिष्ठा आणि अंधश्रद्धा या दोन्हींचाही श्रोत्याला/वाचकाला चकवण्यासाठी उपयोग केलेला दिसेल. संगणकापासून काळ्या मांजरापर्यंत विविध बारकाव्यांतून तयार होणारी विवक्षित वातावरणनिर्मिती कथा संपल्यावरही वाचकाच्या मनात एक प्रकारची, दीर्घ काळ अस्वस्थ करणारी हळहळ पेरून जाते. विशेषत:, अगदी आजच्या तंत्रज्ञानाच्या युगात नि आपल्या आसपासच दिसणाऱ्या जगात ही कथा घडत असल्यानं तिचं मनावर चरा उमटवणारं अज्ञाताचं सावट फार गडद आहे. लहान मुलांच्या निरागस जगाला छेद देणारी ही कथा अशा वेळी नावाप्रमाणेच 'दुष्ट' भासते.

आजवर मुलांची मानसिकता, त्यांचं कल्पनाविश्व नि गुन्हेगारी यांचा विशेष अभ्यास मतकरींच्या अनेक गूढकथांमधून ठळकपणे व्यक्त झाला आहे. 'निमाची निमा', 'मला विक्रम दिसतो', 'चमकत्या डोळ्यांचा मुलगा' अशा कित्येक वाचकप्रिय गूढकथांमधून मतकरी लहान मुलांना केंद्रस्थानी ठेवून भेदक आशय मांडत आले आहेत. (मतकरींच्या अशा केवळ बालकेंद्रित गूढकथांचा 'बाळ अंधार पडला' हा संग्रहही प्रकाशित झाला आहे.) या पठडीतल्या प्रस्तुत संग्रहातल्या 'दुष्ट गोष्ट' प्रमाणेच 'आईवेगळा' ही कथाही लहान मुलांच्या विश्वात घडते. ही कथा मतकरींच्या 'लपा-छपी' या गाजलेल्या गूढकथेचं 'सीक्वल' आहे. एका लोकप्रिय कथेचा पुढील भाग लिहिणं, (आणि तेही, अनेक वर्षांनी) ही गोष्ट मराठी कथाविश्वात फारशी रुळलेली नाही. या कारणानं 'आईवेगळा'मधला हा प्रयोग विशेष महत्त्वाचा ठरतो. संदर्भासाठी 'लपा-छपी'ही या संग्रहात पुनर्मुद्रित केली

आहे. मूळ 'लपा-छपी' या कथेमधलंच कथानक, त्यातल्या पात्रांसह 'आईवेगळा'मध्ये वेगळं वळण घेत असूनही, या दोन्ही कथांचा वाचकाच्या मनावर होणारा परिणाम मात्र सर्वस्वी वेगवेगळा आहे. 'विल्कू' हे दोन्ही कथांमधलं मध्यवर्ती पात्र, त्याचा स्वभावधर्म (नि त्याचं 'आई' या विषयातलं चौकस कुतूहल) न बदलताही दोन्ही कथांमध्ये वेगवेगळं भासतं, हे रचनाकाराचं यश!

'अ-संवाद', 'पहिला थांबा' नि 'भाऊ' या तीन कथा म्हणजे मतकरींनी आजच्या सामाजिक परिस्थितीचा वेगवेगळ्या कोनांतून आणि अगदी भिन्न शैलींमध्ये घेतलेला वेध आहे. माणसामाणसांतल्या क्षीण होत चाललेल्या संवादापासून ते धर्मद्वेष-हिंसाचारापर्यंत जाणाऱ्या या कथांमधून लेखक वाचकाला अत्यंत कळकळीनं मानवतेच्या ऱ्हासापासून दूर ओढू पाहतो. 'अ-संवाद' नि 'पहिला थांबा' या कथांमधून गूढतेच्या अंगानं जाणारी मतकरींची कथा 'भाऊ'मध्ये सामाजिक होते. ('भाऊ'ची जन्मकथा विशेष आहे. २००२मध्ये मतकरी पुण्यात भरलेल्या बाल-कुमार साहित्य संमेलनाचे अध्यक्ष होते. त्याचे औचित्य साधून एका प्रथितयश बालमासिकाच्या दिवाळी अंकासाठी कथा लिहावी, अशी त्यांना विनंती केली गेली. मतकरींनी ती मान्य करून त्या वेळेच्या ज्वलंत विषयावर 'भाऊ' लिहिली. कुमारांमध्ये इतर धर्मीयांविषयी द्वेषभावना पसरत असल्यास, ते थांबवण्याचा प्रयत्न कुमारसाहित्याने आपल्या परीने करावा, अशी त्यांची भूमिका होती. कथेतील प्रमुख पात्रंही कुमार वयाचीच होती, ज्यांच्यात कुमार वाचक स्वत:चं प्रतिबिंब पाहू शकला असता. दुर्दैवाने संपादकांची भूमिका वेगळी असल्यामुळे कथा प्रकाशित केली गेली नाही. मतकरींचं बरंच बालसाहित्य छापणाऱ्या एका प्रमुख बालमासिकानंही आधी ही कथा छापण्याविषयी उत्साह दाखवून, नंतर तिचा विषय कळताच माघार घेतली. दोन वर्षांनंतर 'साहित्य'ने मात्र ही कथा प्रकाशित करून काही विशिष्ट तत्त्वांवरील आपली निष्ठा सिद्ध केली – वाचकांपर्यंत ती कथा पोहोचवली. मतकरींसारख्या प्रस्थापित लेखकाच्या कलाकृतींसंदर्भातही अशी घटना घडू शकते, ही गोष्ट आपल्या समाजाच्या प्रखर धारणांविषयी विचार करायला लावणारी आहे.)

'छोटी बहू' ही सामाजिक कथा आशय-विषयाच्या बाबतीत सर्वस्वी वेगळी आहे. कमकुवत मनाच्या मनस्वी कलावंताचं एकाकी भावविश्व ती ताकदीनं उलगडते. कलाकार नि रसिक यांच्यामधलं एक जगावेगळं नातं रेखाटताना ती कलेच्या संदर्भातले निरुत्तर करणारे प्रश्नही वाचकांपुढे उभे करते, ज्यांच्यामुळे कथेला वेगळी खोली प्राप्त होते.

विविध शैलींमधल्या आणि तरीही लेखकाचा जीवनविषयक दृष्टीकोन ठामपणे मांडणाऱ्या या रत्नाकर मतकरींच्या अखेरच्या कथांचा संग्रह, आज मेहता प्रकाशन नेहमीच्या दिमाखात वाचकांसमोर घेऊन आले आहेत; मात्र हा संग्रह प्रकाशित होत असताना, प्रूफ करेक्शनपासून ते मुखपृष्ठापर्यंत सर्व बाबतींत जातीनं लक्ष घालणारी रत्नाकर मतकरींची रत्नपारखी नजर या पुस्तकावरून फिरू शकली नाही, आणि यापुढेही कधी तो योग येणार नाही, ही खंत आम्हा सर्वांच्याच मनात आहे. तरीही, त्यांची ही ठेव त्यांच्या प्रिय वाचकांपर्यंत पोहोचवण्यातला कर्तव्यपूर्तीचा आनंद निश्चितच फार मोठा आहे...

– सुप्रिया विनोद

कथानुक्रम

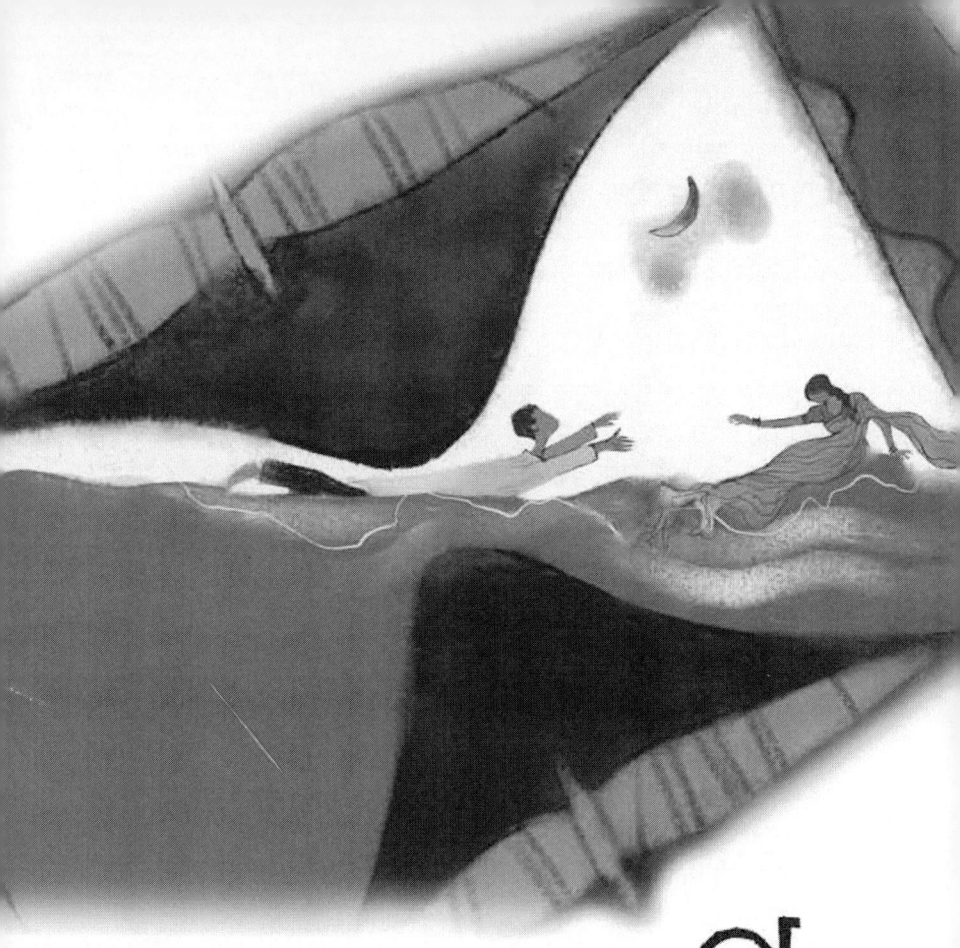

कृष्णाकन्या

ही गोष्ट सुरू होते, ती मी कॉलेजात तिसऱ्या वर्षाला असताना.

माझा विषय अर्थशास्त्र होता. एखाद्या बँकेत किंवा कंपनीत चांगल्या पगाराची नोकरी मिळावी, म्हणून मी तो घेतला होता. तशी आताही मला एक साधीशी नोकरी होतीच, एका ऑडिटर्स फर्ममध्ये, कारकुनाची. नोकरी करूनच मी कॉलेज शिक्षण घेत होतो. सहा वाजता ऑफिस सुटले, की मी तडक कॉलेजात जात असे. (लेक्चर्स सकाळी असायची.) कॉलेज लायब्ररीत सातच्या मानाने अभ्यासाला सुरुवात करीत असे. साडेनऊ वाजता लायब्ररी बंद होईपर्यंत माझा चांगला दोन- अडीच तास अभ्यास होई. माझ्यासारख्या, ज्यांच्या

घरी अभ्यासासाठी पुरेशी निवांत जागा नाही, अशा विद्यार्थ्यांना आमच्या या उशिरापर्यंत उघड्या राहणाऱ्या लायब्ररीचा मोठाच आधार होता!

माझ्यासारखे – उशिरापर्यंत अभ्यास करीत बसणारे विद्यार्थी थोडेच असल्यामुळे, त्या वेळी लायब्ररीत विलक्षण शांतता असे. त्यातून लायब्ररी खूपच प्रशस्त होती. मध्यभागी एक मोठा हॉल – त्यात लायब्ररिअनचा काउंटर, दोन्ही बाजूंनी पुस्तकाच्या कपाटांनी तयार झालेली छोटी छोटी क्युबिकल्स, आणि एका बाजूला पार्टिशन टाकून तयार केलेले दोन, पुस्तकाच्या कपाटांनी भरलेल्या 'खोल्या' म्हणाव्यात, असे विस्तृत 'चौरस.' या दोन चौरसांपैकी एकाच्या मधोमध असलेलं टेबल आणि दोन खुर्च्या ही माझी वहिवाटीच्या हक्काची जागा. पार्टिशनमुळे इथून तर लायब्ररीदेखील पूर्णपणे दिसत नसे. एकदा का स्वत:ला हवी ती पुस्तकं काढून घेतली, की दोन-अडीच तास सगळ्या जगालाच विसरून जाता येई.

ही 'खोली' मला विशेष आवडण्याचं कारण म्हणजे तिथली प्रकाशयोजना. वरून खालपर्यंत आलेला, नेमका पुस्तकावर प्रकाश टाकणारा एकच एक टांगता दिवा...लॅम्पशेडमधला, पुरेशा उजेडाचा बल्ब, बाकी सर्वत्र अंधार. लायब्ररीतल्या पूर्ण नि:शब्द शांततेला हा अंधारात एकारलेला प्रकाश अधिकच गहिरा करून टाकत असे.

त्या दिवशी मी कॉलेज कॅन्टीनमध्ये चहा घेतला, बाथरूममध्ये जाऊन तोंड स्वच्छ धुतलं, काउंटरवरून पुस्तकं घेतली, आणि माझ्या नेहमीच्या जागी आलो. जागा जाण्याची भीती नव्हती; कारण ती अगदीच एका बाजूला, मर्यादित प्रकाशात असल्यामुळे कोणीच तिथे बसण्याचा धीर करीत नसे. जशी काही ती माझी एकट्याची स्पेशल जागा होती. आणि हे सर्वांना माहीत होतं. म्हणून मी थोड्या बेफिकिरीनेच पार्टिशनमधून आत प्रवेश केला.

पाहतो तर आज जागा मोकळी नव्हती. एक तरुण मुलगी माझ्या नेहमीच्या खुर्चीवर बसली होती. दुसऱ्या खुर्चीवर तिने पर्स लावली होती.

अचानक असं काही अनपेक्षित दिसल्यामुळे मी चमकलो. माझा आपल्या डोळ्यांवर विश्वासच बसेना.

मला गोंधळात टाकणारी आणखी एक गोष्ट, म्हणजे ती मुलगी टेबलावर डोकं टेकून बसली होती. रडत असावी बहुतेक.

काय करावं, मला काहीच सुचेना. क्षणभर मी तसाच उभा राहिलो.

माझ्या चाहुलीनेच बहुधा, तिने मान वर उचलली. पदराने डोळे पुसले.

ती नाकीडोळी नीटस, नव्हे सरस म्हणावे अशी होती. मात्र, केसांची एकच घट्ट वेणी घातल्यामुळे काकूबाई दिसत होती!

मी तिला म्हटलं – "तुम्ही माझ्या जागेवर बसला आहात!"

ती अतिशय कावरीबावरी झाली. म्हणाली, ''नाही हो–मी रोजच या वेळी इथे बसते अभ्यासाला!''

''काय थापा मारता!'' मी थोडं चिडून म्हटलं – ''तुम्ही कशा बसत असाल इथं? गेली दोन वर्षं तर सलग मीच बसतो इथं! अगदी सुट्टीच्या दिवसांतसुद्धा! ... मी नाही ते कधी पाहिलं तुम्हाला?''

यावर तिच्याकडे उत्तर नव्हतं. ती तेचतेच पुन:पुन्हा सांगत राहिली, ''मी इथे येऊन अभ्यासाला बसते... नेहमी बसते!''

याचा अर्थ मी एवढाच लावला, की ही आज आली असेल पहिल्यांदाच; पण जागा आवडल्यामुळे काहीतरी सांगून ती, ती बळकावू पाहतेय!

ठीक आहे, वाद घालण्यात तरी वेळ कशाला घालवायचा? पाहू या तर खरं, ही कंपनीला कशी आहे ते? म्हणून मी थोडं उपरोधानेच म्हटलं, ''पण मी इथं बसायला तुमची हरकत नाही ना?''

''अय्या! माझी कसली हरकत?'' तिढा सुटल्यामुळे तिला एकदम मोकळं वाटलं. ''बसा ना–'' तिने दुसऱ्या खुर्चीवरची आपली पर्स काढून घेतली आणि ती स्वत:च्या खुर्चीला लटकवली.

मी नेहमीप्रमाणे टेबलभर पुस्तकं न पसरता ती खालीच ठेवली आणि एक पुस्तक टेबलाला जेमतेम टेकवून वाचू लागलो.

''टेबलावर जागा आहे हं पाहिजे तर!'' ती थोडीफार आवरासावर करून टेबल रिकामं करीत म्हणाली.

''थँक्स!'' मी चिडकटपणेच म्हटलं.

आम्ही दोघंही वाचू लागलो. ती मधूनमधून पुस्तकावर पेन्सिलने खुणासुद्धा करीत होती... कदाचित हा देखावाच असेल. माझ्यासाठी. ती मघा रडत होती, हे माझ्या लक्षात आलं नसेल, अशी तिला आशा असेल का?... जाऊ दे. आपल्याला काय करायचं आहे? आपण आपला अभ्यास करावा...पण छे, अभ्यासात लक्षच लागेना. रोज अगदी पूर्ण एकांतात अभ्यास करण्याची सवय झालेली. मग आज अगदी दोन फुटांवर ही तरुण मुलगी बसलेली असताना... शिवाय एक विचार पुन:पुन्हा सतावत होता... उद्यापासून ही रोजच माझी जागा अडवून बसणार का?

पण, ते तिला विचारून उपयोग नव्हता. ही जागा तिचीच आहे हे ती मघापासून ठामपणे सांगतच होती...

अचानकपणे मी तिला विचारून गेलो, ''तुम्हाला बरं नाहीये का?''

''नाही– बरं आहे की.'' ती दचकून म्हणाली. मग घाईघाईने वाचू लागली. क्षणभराने वर पाहून तिने विचारलं, ''का? असं का वाटलं?''

''मी आलो तेव्हा तुम्ही टेबलावर डोकं टेकून रडत होता...''

"छे: ... काहीतरीच! तुमचा काहीतरी गैरसमज झाला!" ती म्हणाली. काही न सुचल्याप्रमाणे तिने पुस्तकावर एक-दोन खुणा केल्या. आणि अचानक तिला रडण्याचा उमाळा आला. पदर तोंडावर धरून ती मुसमुसू लागली.

क्षणभर मी तिला आपली आपणच शांत होऊ दिलं. मग अगदी शांत स्वरात विचारलं, "मला सांगाल का, काय झालंय ते?"

"वडिलांनी मला बंदी केलीये कॉलेजात शिकायची. दुसऱ्या वर्षाची परीक्षाच द्यायची नाही म्हणतात!"

"का पण?"

"माझ्या मोठ्या बहिणीनं कॉलेजमधल्या मित्राशी प्रेमविवाह केला... त्यांच्या मते, त्याचा हात धरून पळून गेली ती! ... आता मी असं काही करीन, याची काळजी वाटते त्यांना. म्हणून म्हणतात– पुष्कळ झालं कॉलेज...लग्न कर, आणि मार्गाला लाग! पण, मला तर शिकायचंय पुढे! एमए व्हायचंय!"

"मग तसं समजावून का नाही देत वडिलांना?"

"ते कुणाचंच ऐकणार नाहीत. पक्के हटवादी आहेत!"

"घरात आणखी कोण असतं?"

"धाकटा भाऊ. तो अजून शाळेत आहे!... आई नाही! घरची परिस्थिती बरी आहे. वडिलांचा प्रेस आहे. तो बरा चालतो. मला नोकरीबिकरी कधीच करू देणार नाहीत ते. घरात आहेस तोवर मी समर्थ आहे काळजी घ्यायला, असं म्हणतात – नंतर नवरा घेईल काळजी! बस– मी माझ्या मनाचं काही करायचं नाही!"

"असं कसं चालेल?... कुठल्या काळात राहताय तुम्ही?"

"काळ बदलतोय हे मानायलाच तयार नाहीत ते!"

"छे! वर्ष फुकट घालवून चालायचं नाही! फॉर्म भरायलाच हवा!" मी ठामपणे म्हणालो.

"एकदा राहिली परीक्षा–की कायमची राहील!" तिला पुन्हा रडू येईलसं वाटलं.

"मी बोलू का त्यांच्याशी?"

"तुम्ही?" त्याही अवस्थेत तिला हसू आलं. "आपली आत्ताची तर ओळख– तुमचं का म्हणून ऐकतील ते? उलट, तुम्ही माझ्याबरोबर आल्यानं त्यांची खात्रीच होईल की मीदेखील ताईसारखं..."

जरा वेळ आम्ही गप्पच बसलो. अभ्यासाचे नाटक करीत राहिलो. मग मी विचारलं, "नाव नाही कळलं तुमचं?"

"कृष्णकन्या." ती म्हणाली, "खरं नाव नाही. टोपणनाव आहे. नानांचं नाव कृष्णराव म्हणून मी कृष्णकन्या. त्यांनीच सुचवलं हे नाव!... या नावानं मी मासिक 'अनुरंजन'मध्ये कविता लिहिते. कधी कधी छोट्या कथाही लिहिते... तेही

नाना चालवून घेतात, ते त्यांचं नाव दिसतं म्हणूनच.''

ही मुलगी कविता लिहिते...कथा लिहिते... आणि तरी तिचे वडील तिचं शिक्षण थांबवणार आहेत?...अजबच आहे!

आज अभ्यास होईल, असं चिन्ह दिसेना. रोजच्या सवयीच्या गोष्टीपेक्षा इतकं वेगवेगळं काही घडत असताना मन अभ्यासावर एकाग्र होणार तरी कसं?... शेवटी मी तिला म्हटलं, ''एवढ्या रात्री तुम्ही एकट्याच घरी जाणार?''

''हो. नेहमीच जाते!''

तिच्या 'नेहमीच'ने मला पुन्हा दाताखाली खडा यावा, तसं झालं. मी तर हिला आज प्रथमच पाहत होतो. अर्थात, तिचा दावा वेगळाच होता!

''जवळच आहे माझं घर!'' ती म्हणाली.

''नाही– मी निघतोच आहे आता. म्हणून विचारलं!''

शेवटी आम्ही पुस्तकं गोळा केली. मी काउंटरवर पुस्तकं परत करायला गेलो. माझी वही, पुस्तकं घेण्यासाठी मी 'खोली'तल्या टेबलाशी परत गेलो. तोवर ती निघून गेलेली होती!

अशी कशी गेली ती? मी सोबत येईन, या भीतीपोटी घाईघाईने निघून गेली का?... कोण जाणे! जिची आपल्याला फारशी माहिती नाही, तिच्याविषयी विचार तरी काय करणार? तरीही, थोड्याशा गोंधळलेल्याच अवस्थेत मी त्या रात्री घरी गेलो.

दुसऱ्या दिवशी मी ठरवून टाकलं होतं, की आज तिच्याबरोबर जायचं, तिचं घर पाहून ठेवायचं. शक्य झाल्यास तिच्या वडिलांची–त्या कृष्णरावांची भेट घ्यायची आणि त्याहून पुढचं – शक्य झाल्यास, त्यांना समजावून द्यायचं, की आजच्या काळात कोणी आपल्या मुलीला–त्यातून, जिला लिहिण्या-वाचण्याची खासच आवड आहे, अशा मुलीला शिक्षणापासून वंचित ठेवीत नाही!

हे सगळं कसं जमवायचं, याचेच विचार मी दुसऱ्या दिवशी ऑफिसमध्ये काम करीत असताना माझ्या डोक्यात येत राहिले. मध्येच असंही वाटून जाई, की तिने केसांची अशी घट्ट वेणी घातली नाही, तर ती अधिक मॉडर्न, अधिक आकर्षक दिसेल!

तिचा विचार करीत आज मी थोडा लवकरच लायब्ररीत पोहोचलो. माझी नेहमीची जागा अडवली. पुस्तक उघडलं; पण मन तिचीच वाट पाहत राहिलं.

पण, आज ती आलीच नाही!

मला बरंच हिरमुसल्यासारखं झालं. असंही मनात येऊन गेलं, की कालची तिची भेट ही खरीखुरी नव्हतीच! बहुधा ते एक स्वप्नच असावं! पण स्वप्न इतकं तपशीलवार?

अर्थात ते स्वप्न नव्हतं, हे लगेच सिद्ध झालं; कारण तिसऱ्या दिवशी ती माझ्या आधी येऊन काहीतरी लिहीत बसली होती. वेणी तशीच घट्ट! फिरत्या

अंजिरी रंगाची साडी आणि गुलाबी रंगाचा, फुग्याच्या हातांचा ब्लाऊज!

मला पाहताच तिने वहीतून डोकं वर उचललं. तिचा चेहरा उजळला. ती हसून म्हणाली, "या!"

"काल नाही आलात?" मी विचारलं.

"तुम्ही वाट पाहिलीत?" तिने उलट विचारलं.

"हो–म्हणजे नाही–वाट अशी नाही... पण तुम्ही आला का नाही?"

"भावाला बरं नव्हतं. पुष्कळच आजारी आहे तो!"

काही वेळ आम्ही गप्पच राहिलो.

मी विचारलं, "लिहीत काय होता?... कविता?"

"अय्या, नाही... एकसारख्या कविता कुठून सुचणार... क्वचितच कधीतरी... पण एरवीच मी स्वत:ला येत असलेल्या अनुभवांविषयी लिहून ठेवते... काही वेगळं असलं तर...!"

"का? पुढं–मागं आत्मचरित्र लिहिण्याचा विचार आहे का?"

"छे हो– आत्मचरित्र खूप मोठी माणसं लिहितात, नाही का? ...पण काय हो, काय होईल माझ्यासारख्या सामान्य मुलीनं आत्मचरित्र लिहिलं तर...?"

"तर ती सामान्य राहणार नाही!" मी म्हटलं.

ती हसली. हसताना ती इतकी मोकळी व्हायची, की तिचा तो काकूबाईपणा कुठच्या कुठे जायचा!

"आज आपण जरा लौकर निघू." मी म्हटलं. "म्हणजे बरोबरच बाहेर पडू. परवाच्यासारख्या आधी पळून जाऊ नका!"

ती काहीच बोलली नाही. मीच पुढे म्हणालो, "मी तुमच्याबरोबर तुमच्या घरी येणारेय!"

ती खूपच बावरली. बहुधा तिला माझी तिच्या त्या कृष्णरावांशी काही बोलाचाली होईल याची भीती वाटली असावी! ती दूर करण्यासाठी मी म्हटलं, "तुमचा भाऊ आजारी आहे ना? त्याला बघून जाईन. चालेल ना?"

ती 'हो–नाही' काहीच म्हणाली नाही; मात्र आम्ही थोडे लौकर–हो आणि एकत्र निघालो.

ती फारशी बोलत नव्हती. मुळातच ती थोडी अबोलच असावी! एखादा प्रश्न विचारायची त्यावर माझीच बडबड चालू व्हायची!

मी रोज बसने घरी जायचो; पण आज तिने तिचं घर जवळच असल्याचं सांगितल्यामुळे मी तिच्याबरोबर पायीपायीच निघालो.

अचानक माझ्या लक्षात आलं की मी एका अनोळखी रस्त्याने चाललोय. आजूबाजूची वस्ती काहीशी विरळ होती. तिथे फारसा दिव्यांचा लखलखाट नव्हता.

दोन-चार घरांमध्ये दिवे जळत होते तेवढेच. रस्त्यांवर म्युनिसिपालिटीचा दिवा मात्र लागला होता. दुकानं तर बंदच झाली होती; पण रस्त्यातही फारशी वर्दळ नव्हती. शहराच्या या अशा शांत भागात मी यापूर्वी कधीच आलो नाही, असं कसं झालं?

मी काही निष्कर्षाला पोहोचण्याच्या आतच आम्ही तळमजल्यावरच्या एका खोलीशी पोहोचलो. तिने दाराची कडी वाजवली, आणि म्हटलं, “नाना, मी आहे!”

त्याबरोबर एका मध्यमवयीन गृहस्थाने दार उघडलं. बहुधा हेच कृष्णराव असावेत! टक्कल आणि उद्विग्न चेहरा यांच्यामुळे ते वयापेक्षा अधिक वयस्कर वाटत होते. धोतर नेसले होते. बाकी उघडेबंब! दारातच त्यांनी विचारलं, “हे कोण?”

“आमच्या कॉलेजात असतात.” ती म्हणाली. “कालपरवाचीच ओळख.” पुढे तिने घाईघाईने सांगून टाकलं, “बाळूला बघायला आलेत.”

“नमस्कार.” मी म्हणालो. मग बाळूकडे गेलो. “खूपच आजारी दिसतोय हा! मला वाटतं शुद्धीतसुद्धा नाहीये!”

“मलेरिया झालाय त्याला. तसं गेले तीन दिवस आम्ही क्विनाइन देतोय– पण काही उपयोग होत नाही. डॉक्टर म्हणतात, हळूहळू बरं वाटेल त्याला.”

“क्विनाइन?... अजून तुम्ही त्याला क्विनाइन देता? आजकाल तर कितीतरी नवीन औषधं निघालीयेत!”

“तुम्ही डॉक्टर आहात वाटतं?” कृष्णरावांनी, थोडं खरोखरीच्या कुतूहलाने, थोडं उपरोधाने विचारलं.

“नाही; पण माझा एक मित्र आहे डॉक्टर गुप्ता म्हणून.” मी घाईने सांगितलं.

“त्याच्याकडे आत्ताच्या आत्ता घेऊन जाऊ आपण याला!”–आणि त्यांचा विचार न घेताच मी बाळूला उचलून घेऊन बाहेर आलो.

ते माझ्यापाठोपाठच अंगात शर्ट चढवित बाहेर आले. ती मात्र जे काय होतंय त्याकडे काहीशी विस्मयाने, काहीशी आदराने पाहत, दारातच उभी राहिली.

बाळू पंधरा-एक वर्षांचा असावा; पण मुळातच कृश असावा. त्यातून आता तो आजाराने इतका अशक्त झाला होता की त्याला उचलणं फारसं कठीण नव्हतं. तरीही गाडीची काही व्यवस्था करायलाच हवी होती! रस्त्यावर तर चिटपाखरू नव्हतं. एवढ्यात कुठूनशी एक घोडागाडी आली. मी ती थांबवली. गाडीवाल्याशी काही न बोलता मी सरळ बाळूला आत टाकलं– कृष्णराव माझ्या मागोमाग गाडीत चढून बसले.

मी पत्ता सांगितला; पण गाडीवाला हलेना. पुन्हा समजावून सांगितला. तरी अर्थबोध न झाल्यासारखा तो जागेवरच थांबून राहिला.

मी अजिजीने म्हटलं– “चल बाबा, पोरगं आजारी आहे!”

तशी तो अनिश्चितपणे निघाला; पण दहा-एक मिनिटांनी थांबला. मी हटकलं,

"चल ना! अजून लांब आहे डॉ. गुप्ताचं क्लिनिक!"

त्याला ना काही समजत होतं, ना तो जागचा हलत होता. त्याचा घोडाही जागच्या जागीच उभा राहून मान हलवीत खिंकाळल्यासारखं करीत होता.

अखेरीस आम्ही गाडीतून खाली उतरलो. मी पुन्हा बाळूला खांद्यावर टाकून निघालो. माझे हात मोकळे नव्हते; पण कृष्णरावांनीच शर्टच्या खिशात हात घालून घोडागाडीवाल्याला पैसे दिले...

मी बाळूला खांद्यावर टाकून असा कुठपर्यंत जाणार होतो कुणास ठाऊक! एवढ्यात एक लहानसं वळण घेऊन आम्ही एका गजबजलेल्या रस्त्यावर आलो. कमाल झाली!

आता लागलेला हा रस्ता माझ्या चांगल्याच ओळखीचा होता. वर्दळ अगदी नेहमीसारखीच होती...

ती वेळ आश्चर्य करत बसण्याची नव्हती. समोरून येणारी एक टॅक्सी मी थांबवली. बाळूला आत ठेवलं. बावचळल्यासारखे बघत उभ्या असलेल्या कृष्णरावांनाही मी आत ढकललं. त्यांच्या बाजूचा दरवाजा लावून घेतला. मग पुढचा दरवाजा उघडून मी आत बसलो. मीटर टाकला आणि ड्रायव्हरला पत्ता सांगितला.

एवढा वेळ गप्पच बसलेले कृष्णराव अचानक कंठ फुटल्यासारखे म्हणाले, "काय हो, तुम्ही आहात तरी कोण...मला सांगाल का?"

मी फक्त माझं नाव सांगितलं; पण तेवढ्यावर त्यांचं समाधान झालेलं दिसलं नाही. म्हणून मी माझ्या कंपनीचं नाव सांगितलं. ते त्यांच्या माहितीचं नव्हतं! मात्र मी कॉलेजचं नाव सांगितलं, ते अर्थातच त्यांच्या मुलीचं कॉलेज म्हणून त्यांच्या ओळखीचं होतं!

एवढ्या संभाषणानंतरही कृष्णरावांचं समाधान झालेलं दिसलं नाही; पण ते आणखी काही बोलणार, एवढ्यात डॉक्टर गुप्ताचे क्लिनिक आले!

गुप्ताने ताबडतोब त्याच्या नर्सिंग होममध्ये बाळूला ॲडमिट करून घेतलं. मला म्हणाला, "नशीब या पोराचं की तू त्याला लगेच घेऊन आलास!... आणखी प्रहर गेला असता तर खैर नव्हती!... या पोराला इतका अशक्तपणा आलाय, की केवळ त्यामुळेच..."

त्याने भराभर ट्रीटमेंट सुरू केली आणि इट्राव्हिनस लावलं. इतर औषधांचाही मारा सुरू केला. कृष्णराव, हे सारं अद्‌भुत काहीतरी घडत असल्याप्रमाणे थक्क होऊन बघत होते, काय घडतं आहे, याचा जसा काही ताळमेळच त्यांना लागत नव्हता. त्यांच्या चेहऱ्यावरचा पूर्ण अपरिचिताचा भाव इतका काही दाट होता की, पाहतापाहता चक्कर येऊन ते खाली पडणार असं वाटत होतं.

गुप्ता आणि त्याचे सहकारी यांनी रात्रभर झगडा दिल्यानंतर पहाटेपहाटे बाळू

शुद्धीवर आला. सकाळी त्याने डोळे उघडून वडिलांना ओळख दाखवली, तेव्हा त्यांच्या डोळ्यांतून पाणी वाहू लागलं. ''तुम्ही देवमाणसं आहात. तुम्ही माझ्या, जवळजवळ हातचा गेलेल्या मुलाला वाचवलंत.''

''त्यात काय?'' गुप्ता हसून म्हणाला. ''मी डॉक्टरांचं कर्तव्य केलं!... हा बाळूला वेळेत घेऊन आला, म्हणून तो वाचला!''

''हे तर थोरच आहेत!'' कृष्णराव म्हणाले, ''कुठून कसे आले, त्यांना कोणी आमच्याकडे धाडलं, समजत नाही. या जगात आपल्या समजण्याच्या पलीकडे कितीतरी गोष्टी असतात, म्हटलं पाहिजे!'' नंतर सद्‌गदित होऊन मला म्हणाले, ''तुम्ही माझ्या एकुलत्या एका मुलाचा प्राण वाचवलात. काहीही केलं, तरी तुमच्या उपकाराची फेड होणार नाही, खरं ना?''

''नाही.'' मी म्हटलं, ''एक गोष्ट करून तुम्ही माझ्या उपकारांची फेड करू शकता!''

''खरंच?... सांगा सांगा! काय करू मी?'' त्यांनी अधीरपणे विचारलं.

''मी सांगेन ते कराल माझ्यासाठी– नक्की?''

''हो हो– मी शब्द देतो!'' ते म्हणाले.

''तुमची मुलगी बुद्धिमान आहे... तिला लेखनाची आवड आहे. तुम्ही तिचं शिक्षण थांबवायचं नाही. तिला पाहिजे तेवढं शिकू द्यायचं. जमेल हे तुम्हाला?''

''पण मी तिच्याच भल्यासाठी–''

''तुम्ही मला शब्द दिलाय.'' मी ठामपणे म्हटलं.

''ठीक आहे.'' थरथरत्या आवाजात कृष्णराव म्हणाले, ''शिकू दे तिला पाहिजे तेवढं; मात्र काही वेडंवाकडं होऊ न देण्याच्या जबाबदारीवर!''

माणूस हटवादी होताच; पण आत्ताचा प्रसंगच असा होता, की बिलकूल वादावादी न होता, त्याला माझं म्हणणं बिनविरोध मान्य करावंच लागलं होतं!

यानंतर आता ती दररोज कॉलेजमध्ये भेटणार, याची मला खात्री होती. वडिलांचा विरोध मावळल्यानंतर आता ती परीक्षेचा फॉर्म भरून उत्साहाने अभ्यासाला सुरुवात करू शकणार होती. मीही तिला यथाशक्ती मदत करणार होतो!

पण, त्या दिवसानंतर, आश्चर्य म्हणजे पुन्हा कधीही ती कॉलेज लायब्ररीत भेटली नाही! बाळू पूर्ण बरा होईपर्यंत कदाचित तिला घराबाहेर पडता येत नसेल, अशी मी मनाची समजूत काढली... पण तिने परीक्षेचा फॉर्म भरला की नाही, हे तरी मला कळवायलाच हवं होतं! अशी कशी ही माणसं– त्यांच्यासाठी काही करू पाहणाऱ्याला ती अशी लगोलग कशी विसरून जातात?

शेवटी न राहवून मी स्वतःच तिच्या घरी जाण्याचं ठरवलं.

हमरस्ता मध्येच संपून एक लहानसं वळण लागायचं. ते वळण पार केलं

की तिची ती शांत, अजिबात वर्दळ नसलेली गल्ली –

पत्ता डोक्यात घोळवत मी हमरस्त्यावरून चालत राहिलो.

बऱ्याच वेळाने माझ्या लक्षात आलं, की ते वळण टाकून आपण पुष्कळ पुढे आलो...मी मागे फिरलो, आणि परत बरेचसे अंतर चाललो. पण छे! काही केल्या ते वळण लागेचना. हमरस्त्याला लागून असलेल्या सगळ्या गल्ल्यागुच्च्या मी शोधून पाहिल्या; पण सगळ्या गजबजलेल्या... माणसांनी, वाहनांनी भरलेल्या... चकचकीत, लखलखीत दुकानांनी सजलेल्या. एखाद्या शांत, निर्मनुष्य गल्लीची कल्पनादेखील तिथे करणं चुकीचं होतं!... कोणाला काही विचारावं, तर त्याने वेड्यातच काढलं असतं!

पण, मग त्या कुटुंबाशी संपर्क साधायचा कसा?

...मी माझी अडचण डॉक्टर गुप्ताला सांगितली. गुप्ता माझ्यापेक्षा वयाने सात-आठ वर्षांनी मोठा होता; पण एकदा हायकिंगला गेलो असताना आमची जी मैत्री झाली, ती कायमची! डॉक्टर असूनही त्याला वाचनाची – विशेषत: स्वत:ची मातृभाषा नसलेल्या मराठी वाचनाची आवड होती! त्याचा डॉक्टरी पेशा आणि नवीन वाचलेलं पुस्तक... याविषयी गप्पा मारायला त्याला जे गिऱ्हाईक हवं असे, ते मी होतो! वाढत्या मैत्रीबरोबर आम्ही एकमेकांना स्वत:च्या वैयक्तिक समस्यादेखील सांगायला लागलो होतो...

"मला वाटतं, आपण हा सगळा प्रकार विसरलेलाच बरा!" बऱ्याच चर्चेनंतर गुप्ताने निष्कर्ष काढला.

अनेक शास्त्रीय-अशास्त्रीय कोनांमधून विचार करूनही तेव्हा जे झालं त्याचं काहीच स्पष्टीकरण मिळत नव्हतं, तेव्हा दुसरा काय मार्ग उरला होता? आणि दिवसचे दिवस वाट पाहूनही जेव्हा ती परत कधीच लायब्ररीत आली नाही, तेव्हा पुन्हा पहिल्याप्रमाणेच एकट्याने अभ्यास करण्याखेरीज तरी दुसरा काय मार्ग होता? ... आणि तरीही, गुप्ता ज्या सहजपणे विसरायला सांगत होता, त्या सहजपणाने मला ते विसरणं शक्य नव्हतं; कारण गुप्ताने तिला पाहिलेलं नव्हतं....

आणि तरीही काळाच्या ओघात मी ते सारं विसरलो जरी नाही, तरी फारसं मनाला लावून न घेण्याची सवय केली एवढं खरं ... आणखी पाच-सहा वर्षं गेली. मी आता बँकेत अधिकारी म्हणून नोकरीला लागलो होतो. अजून गाडी परवडत नव्हती; पण झक्कपैकी होंडा घेतली होती. गुप्ताने आपल्या नर्सिंग होमचा मजला वाढवण्याची तयारी चालवली होती आणि अचानक एके रात्री मला त्याचा फोन आला – "असशील तसा निघून ये. समथिंग इज व्हेरी एक्साइटिंग!"

खरंच काहीतरी एक्साइटिंग हाती लागणार आहे, हे गुप्ताच्या आवाजावरून जाणवत होतं! रात्रीचे दहा वाजले होते – तरीही मी गुप्ताच्या घरी जाऊन थडकलो!

बराच वेळ गुप्ता 'टेरिफिक!' 'यू विल नेव्हर बिलिव्ह!' असंच काहीबाही विलक्षण उत्तेजित आवाजात म्हणत राहिला. शेवटी मी त्याला विचारलं, "कशाबद्दल बोलतोयस तू?"

"द मिस्टरी इज फायनली सॉल्व्ह्ड!" तो म्हणाला.

आणि त्याने माझ्यासमोर एक बाइंड केलेलं पातळसं मराठी पुस्तक टाकलं!

"हात्तेच्या! पुस्तकातल्या मिस्टरीबद्दल बोलतोयस तू!" मी थोडं निराश होऊन म्हटलं.

"उघडून बघ!" त्याने आव्हान दिलं.

मी पुस्तक उघडून पाहिलं. पहिल्याच पानावर पुस्तकाचं नाव होतं : 'स्मृतिसमिधा.' खाली, लहान टाइपात 'एका सामान्य स्त्रीचे आत्मवृत्त' – त्याखालची ओळ वाचून मी उडालोच! ती होती – लेखिका : 'कृष्णकन्या', एम.ए.

कृष्णकन्या? तिचं शिक्षण पुरं झालं? तिने स्वत:चं आत्मवृत्त लिहिण्याचं स्वप्न पुरं केलं? ते छापून जुनंही झालं? ...म्हणजे हे झालं कधी?

'रहस्याचा उलगडा झाला' असं गुप्ता म्हणतो! मला तर रहस्य अधिकच गहन झालंय असं वाटतंय!

"लायब्ररीत मिळालं! मुंबई मराठी ग्रंथसंग्रहालयात!" गुप्ता म्हणाला. "सहज रजिस्टर पाहत होतो. 'कृष्णकन्या' नाव दिसल्यानंतर पुस्तक शोधून घरी घेऊन आलो!"

पुस्तक १९४८साली छापलेलं होतं. त्याच्या आधी दोन-तीन वर्षं लिहून झालं असावं!

"तुमच्याच कॉलेजची विद्यार्थिनी होती ती!" गुप्ता म्हणाला. "पण तुझ्या कितीतरी आधीच्या – बहुधा १९३५च्या बॅचची!"

गुप्ताने पुस्तक एका बैठकीत वाचून काढलेलं दिसत होतं... वर एका विशिष्ट ठिकाणी त्याने खुणेसाठी 'बुक मार्क'ही घालून ठेवला होता. मी ते पान उघडून वाचू लागलो... आणि वाचत गेलो ...

गालातल्या गालात हसत गुप्ता माझी प्रतिक्रिया पाहत होता...

मजकूर असा होता –

'या प्रकाराला काय नाव द्यावं तेच कळत नाही. एका संध्याकाळी मी नेहमीप्रमाणे लायब्ररीत अभ्यासाला बसले असताना, अचानक एक तरुण आत आला, आणि आपण रोजच या जागी अभ्यासाला बसतो, असं म्हणू लागला. सुरुवातीला मी थोडीशी घाबरले; पण नंतर लक्षात आलं, की हा तरुण–कुठून आला ते जरी मला कळलं नाही, तरी– धोकादायक निश्चितच नव्हता. उलट त्याने आस्थेवाईकपणे माझी चौकशी सुरू केली. माझ्या वडिलांची, मी पुढे शिकावं अशी इच्छा नाही, असं मी त्याला सांगितलं, त्याने तर तो फारच संतप्त

झाला. मी तुझ्या वडिलांची समजूत पटवतो, असाही प्रस्ताव त्याने मांडला; पण ते शक्य नव्हतं; शिवाय त्या वेळी घरात मलेरियाने भाऊ आजारी होता. दिवसेंदिवस त्याची प्रकृती खालावतच चालली होती.'

'त्यानंतर दोनच दिवसांनी त्या तरुणाने माझ्यासोबत घरी येण्याचा आग्रह धरला. आता बहुधा याची आणि नानांची खडाजंगी उडणार, या कल्पनेने मी अगदी गारठून गेले. आधी मी कॉलेजमधल्या तरुणाला घेऊन घरी आले, एवढंच नानांचा तिळपापड व्हायला अगदी पुरेसं होतं!

'पण काय चमत्कार! त्याने बाळूची बेशुद्धावस्था पाहिली, आणि सरळ त्याला उचलून तो चालू लागला. नानाही त्याच्या पाठोपाठ गेले. त्याने म्हणे बाळूला कुठेसं एका मोठ्या दवाखान्यात नेलं आणि त्याच्यावर उपचार सुरू केले.

'आता इकडे जवळपास कोठेही मोठे दवाखाने नाहीत. असले, तरी तिथेही मलेरियासाठी फार मोठे औषधोपचार नाहीत. असलेच तर कुणा राजेरजवाड्यासाठी असतील. सर्वसामान्य माणसांसाठी तर मुळीच नाहीत. असे असताना बाळूवर औषधोपचार कोणी केले आणि दोनच दिवसांत तो टुणटुणीत बरा कसा झाला, हे मला किंवा नानांनाही कळलं नाही; मात्र त्याने नानांकडून माझ्या पुढील शिक्षणासाठी परवानगी मिळवली, हे त्यांनीच स्वत: मला सांगितलं, तेव्हा माझ्या आनंदाला पारावार राहिला नाही.

'मात्र, आमच्या आयुष्यात अशा रीतीने सुख निर्माण करून तो देवदूत – होय, मी तरी त्याला देवदूतच म्हणेन – जो नाहीसा झाला, तो मला परत कधीच भेटला नाही. मी त्यानंतर नियमितपणे कॉलेज लायब्ररीत जात राहिले; परंतु तो मात्र कधीच आला नाही.

'या सर्व गूढगहन प्रकाराचा मी विचार करते, तेव्हा मन विस्मयाने भरून जातं. मात्र कसलंही स्पष्टीकरण मिळत नाही. फार फार तर एवढंच म्हणता येईल, की मी संकटात असताना अत्यंत उत्कटतेने परमेश्वराचं स्मरण केलं असेल आणि त्या वेळी मला संकटातून सोडवण्याकरता परमेश्वरानेच आपला दूत पाठवून माझ्या मनासारखं केलं असेल. मला तरी या प्रकाराचं दुसरं काहीही पटण्यासारखं स्पष्टीकरण देता येत नाही. कदाचित काही वाचक तर असा प्रकार घडला, या माझ्या विधानावर देखील अविश्वास दाखवतील. त्यांना माझं एवढंच सांगणं आहे, की मी वर जे लिहिलं आहे, ते अगदी शंभर टक्के सत्य आहे!'

मी आणि गुप्ता एकमेकांकडे पाहत बसलो. जे घडलं ते सुमारे साठ वर्षांपूर्वी... यामुळे, गुप्ताने म्हटल्याप्रमाणे, काही गोष्टींचा उलगडा होत होता! निर्मनुष्य रस्ता, घोडागाडी, औषधांची वाण, स्त्रीशिक्षणाला विरोध आणि कृष्णरावांना शहरात, हॉस्पिटलात फिरताना वाटलेलं आश्चर्य – आता या सगळ्याची संगती लागत

होती... संगती लागत नव्हती ती एकाच गोष्टीची! आजच्या काळातला मी, त्या काळात कसा काय खेचला गेलो होतो? तो नियतीचा विक्षिप्तपणा होता, की ती संकटात सापडलेल्या त्या तरुणीच्या इच्छेची तीव्रता होती?

मी गुप्ताकडून 'स्मृतिसमिधा' घेऊन गेलो. मी ते तासाभरात वाचून टाकलं; पण रात्रभर ते माझ्या डोक्यात, अर्धवट झोपेत – अर्धवट जागेपणी फिरत राहिलं. पुस्तकाच्या शेवटच्या पानांवर 'कृष्णकन्या'च्या इतर लिखाणाची यादी दिलेली होती. त्यात दोन कथासंग्रह, दोन काव्यसंग्रह, आणि एक कादंबरी, इतक्या साहित्याचा उल्लेख होता.

चरित्रात नानांच्या मृत्यूचा उल्लेख होता. बाळू बोटीवर नोकरीसाठी निघून गेल्याचा उल्लेख होता; मात्र लेखिकेला कोणाची साथ मिळाली का? तिचा विवाह झाला का? झाला असल्यास तो सुखाचा झाला का? तिला मुलेबाळे झाली का? याचा काहीच उल्लेख त्यात नव्हता... जणू ते सारे एका दाट धुक्यात नाहीसे झाले होते...

त्यानंतर महिनाभराची गोष्ट. (पुस्तक मिळाल्यानंतर लगेच हे घडावं हा योगायोग समजायचा का?)

मी रात्री मोटरबाइकवरून कुठूनसा येत होतो. अचानक मी त्या वळणाशी आलो. इतक्या वर्षांनी ते वळण मला ओळखू येतंय न येतंय तोवर माझी बाइक उंच उडाली आणि जशी कशी हवेत फेकली जावी, तशी, त्याच वर्दळ नसलेल्या गल्लीवजा रस्त्यावर येऊन पोहोचली. आश्चर्य म्हणजे ती कुठेही आदळली नाही की आपटली नाही, घासली नाही की घसरली नाही! मांजर जसे अलगद आपल्या पायांवरच पडते, तशी ती, आणि तिच्यावरचा मी, असे आम्ही सुरक्षितपणे येऊन थडकलो.

समोरच एक भीषण प्रसंग चालला होता ... तीन गोरे सोजिर एका तरुणीचे हालहाल करीत होते, तिच्या अंगाशी झटत होते, तिचे कपडे फाडत होते. त्यातल्या एकाच्या हातात तर पिस्तूल होतं; पण ते नुसतंच भीती दाखवण्यासाठी असावं; कारण तोही झटापटीत भाग घेत होता, त्यामुळे पिस्तुलाचा नेम धरणं त्याला कठीणच होतं. तिघं दारू पिऊन तर्र झाले होते. ती तरुणी त्यांना बोचकारत होती; चावत होती, शक्य तितक्या मार्गांनी ती त्यांना प्रतिकार करत होती.

ती 'कृष्णकन्या' होती.

मी मोटरसायकलसकट दणकन येऊन पडल्यामुळे ते तिघं प्रचंड घाबरले. वास्तविक, ते तिघं सशस्त्र होते... मी एकटा आणि नि:शस्त्र होतो! पण माझ्या मोटरसायकलसकट तिथे अचानक अवतीर्ण होण्यामध्ये त्यांना काहीतरी अलौकिक

जाणवलं आणि ते तिला सोडून पळत सुटले. त्या धांदलीत मी त्यांना लाथाबुक्क्यांचा यथाशक्ती प्रसाद दिला. माझ्या फटक्याने त्यातल्या एका सोजिराच्या हातातलं पिस्तूल खाली पडलं. ते उचलून मी हवेत दोन बार काढले; पण ते तिघं त्याआधीच दिसेनासे झाले होते ...

खाली पडलेल्या कृष्णकन्येला हात देऊन उठवण्याचा प्रयत्न मी करू लागलो. तशी तिला एकदम रक्ताची उलटी झाली. त्या सोजिरांकडून जरी तिची अब्रू लुटली जाताजाता वाचली होती, तरी त्यांनी वाटेल तिथे तिच्यावर हात चालवल्यामुळे कुठेतरी तिला जबर मार बसला होता. नाक फुटले होते, तिथून रक्त वाहत होते. शुद्ध तर बहुधा मी तिथे येऊन पोहोचलो, तेव्हाच गेली होती. मी तिला उचलून थोड्याशा अंतरावर एक घर होतं त्याच्या ओट्यावर निजवलं आणि ॲम्ब्युलन्स आणण्यासाठी मोटरसायकलवरून धूम ठोकली...

मी काय बोलतोय हे लक्षात यायला गुप्ताला थोडा वेळ लागला; पण माझं बोलणं ऐकताऐकताच त्याने तयारीला सुरुवात केली होती...

आणखी बरोबर पंधरा मिनिटांत आम्ही ॲम्ब्युलन्स घेऊन बाहेर पडलो.

मात्र, त्यानंतर आम्ही तासचे तासचे फिरलो; पण हमरस्त्यावरून भूतकाळात जाणारं ते वळण काही आम्हाला सापडू शकलं नाही!

रस्ता नेहमीसारखाच माणसांनी भरला होता. वाहनांची वर्दळ नेहमीसारखीच होती.

पण, आम्ही मात्र वेड्यासारखे ॲम्ब्युलन्स घेऊन तिच्या सायरनने आक्रोश करीत रस्त्यामागून रस्ते पालथे घालत होतो. त्या क्षणी तिला वैद्यकीय उपचारांची अतिशय गरज होती, तिच्यापर्यंत पोहचूच न शकल्यामुळे आम्ही भिरभिरत होतो...

आम्ही 'कृष्णकन्ये'पर्यंत कधीच पोहोचू शकलो नाही.

तिचं त्या आपत्तीमध्ये काय झालं, हे आम्हाला कधीच कळू शकलं नाही.

आम्ही 'स्मृतिसमिधा'च्या प्रकाशकांना भेटलो. या पुस्तकाच्या लेखिकेची अखेर कशी झाली हे विचारलं; पण त्यांना त्याची काहीच माहिती नव्हती.

मला आणि डॉक्टर गुप्ताला नंतर तो एक चाळाच लागला. अनेक प्रकाशकांना, अनेक वृत्तपत्रांना, अनेक संस्थांना, अनेक वाचनालयांना, आम्ही 'कृष्णकन्या' या लेखिकेचा शेवट कसा झाला, हे विचारीत राहिलो.

कुणाहीकडे या विषयातला कसलाही रेकॉर्ड नव्हता. कसलीही नोंद नव्हती.

पण, आम्ही अजून आशा सोडलेली नाही.

कोणी ना कोणीतरी, कधी ना कधीतरी, आम्हाला तिचा शेवट कसा झाला हे सांगेलच याची खात्री आहे. हा मजकूर वाचणाऱ्या वाचकांमधल्याही कुणाला तिची पूर्ण माहिती असण्याची शक्यता आहे, नाही का?

– चौफेर समाचार/दिवाळी २०१०

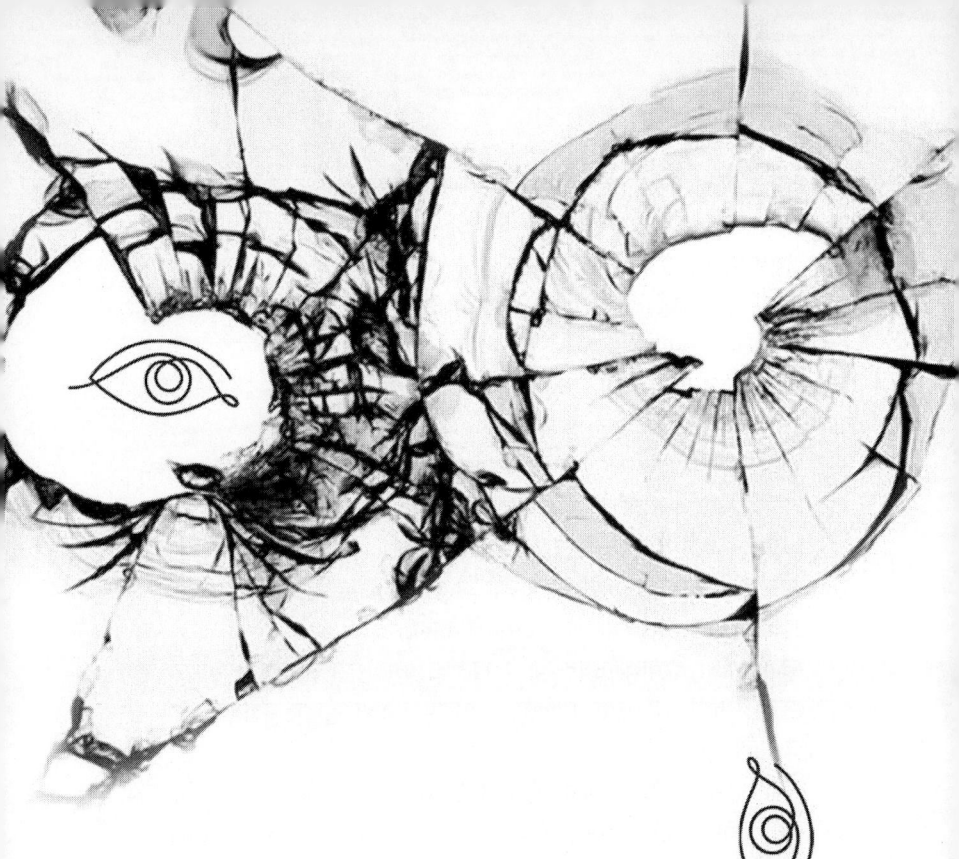

हुलकावणी

जयवंत ऑफिसातून घरी परतत होता.

आपली इंडिका तो स्वत:च चालवत होता.

साधारण सातचा सुमार. रस्त्यावर दिवेलागणी झालेली. वाहनांची मैलभर लांबीची रांग. सर्वांनाच घरी जाण्याची घाई असूनही, फारशी वेगाने न हलणारी.

जयवंत – अजून चाळिशी न गाठलेला, इन्शुरन्स कंपनीतला स्मार्ट एक्झिक्युटिव्ह.

मध्ये एक फ्लायओव्हर येऊन गेला. निम्म्याच्या वर गाड्या त्यावरून गेल्या. त्यामुळे ट्रॅफिक थोडा सैलावला.

जयवंतने एक सुस्कारा सोडला आणि गाडीतला रेडिओ मंद आवाजात लावला. बँड बँडिट्सचे एक पॉप साँग सुरू झाले – 'मिस, आय मिस यू, मिस यू...' जयवंत गाण्याबरोबर

हलकी शीळ घालू लागला...

आणि याच वेळी त्याच्या छातीत एक बारीकशी कळ आली. बारीकशी, टाचणी टोचावी तितपतच.

जयवंतने ती कळ ओळखली.

सुमारे तीस वर्षांपूर्वी ही अशी कळ त्याच्या छातीत आली होती. बारीकशी, टाचणी टोचावी तशी.

जयवंतने डावा सिग्नल दिला आणि हळूहळू गाडी डावीकडे काढली. कडेला लावली. टेल लाइट्स चालू झाले.

अचानक समोरून एक ट्रक धडाक्यात आला.

त्याच वेळी जयवंतच्या शेजारून एक स्कॉर्पिओ वेगात गेली.

धाड! – एक कानठळ्या बसवणारा आवाज.

काळोख. त्यात चार-पाच जणांच्या बोलण्याचे आवाज.

टॉर्चच्या प्रकाशात त्यांच्या हालचाली चालू.

स्कॉर्पिओचा दरवाजा उघडण्याची खटपट. अखेरीस तो उघडतो. दोघे जण ड्रायव्हरचा मृतदेह स्ट्रेचरवर घालतात. स्कॉर्पिओमध्ये ड्रायव्हरशिवाय आणखी कोणीच नाही.

दोघांचा संवाद जयवंतच्या कानावर पडतो. पोलीस असावेत. ते गाडीचा नंबर, अपघाताची वेळ लिहून घेतात.

जयवंत तो संवाद ऐकून घेतो. लक्षात ठेवण्याचा प्रयत्न करतो.

– अचानक पुन्हा वाहतूक पहिल्यासारखी सुरू झाली. रस्ता दिव्यांनी उजळला होता. वाहने एकामागून एक शांतपणे चालली होती.

जयवंतने खिशातून छोटी डायरी काढली. त्यात लिहून ठेवलं, 'स्कॉर्पियो, रंग लाल, नंबर, अपघाताची तारीख.'

आता त्याला बरं वाटू लागलं होतं. रेडिओवर 'मिस, आय मिस यू, मिस यू' चालू झालं होतं, ते संपलं.

जयवंतने एक सिगरेट पेटवली. चार झुरके मारले आणि बाहेर फेकून दिली. मग त्याने संथपणे इंडिका सुरू केली.

थोड्याच वेळात ती गाड्यांच्या प्रवाहात मिसळून गेली.

तीस वर्षांपूर्वीची गोष्ट.

आठ वर्षांचा जयवंत शाळेतून परतत होता. एकटाच. भूक लागली होती. कधी एकदा घरी पोहोचेन, असं झालं होतं.

आणि एकदम त्याच्या छातीत एक बारीकशी कळ आली. टाचणी

टोचावी, तितपतच.

आपण कुठे आहोत, ते कळेनासं झालं.

क्षणभरात तो आमराईतल्या विहिरीशी पोहोचलेला.

त्याचे वडील अंघोळीचा पंचा लावून विहिरीशी आलेले.

नेहमीप्रमाणे ते विहिरीत सूर मारतात.

आणि एकदम विहिरीचं पाणी लाल होऊ लागतं.

जयवंत किंचाळतो – ''आप्पा...''

...जयवंत भानावर आला. मध्ये थांबलेली पाखरांची किलबिल परत सुरू झाली. जयवंतलाही आता बरं वाटू लागलं होतं. तो घराच्या वाटेने चालू लागला.

घरी पोहोचला आणि कोपऱ्यात दप्तर टाकून हात-पाय धुवायला मोरीशी गेला, तेव्हा समोरच आप्पा चहा पीत बसलेले दिसले. हातपाय धुताना त्याच्या मनात एकच विचार येत होता – जे दिसलं ते आप्पांना सांगावं का?

पण छे:, सांगून उपयोग काय? आप्पा हसतील, आणि म्हणतील, ''वेडाच आहेस. काहीतरी भास होतात तुला... अभ्यासात जरा लक्ष देत जा– म्हणजे डोकं इकडेतिकडे भरकटणार नाही.''

आणि आई म्हणेल, ''अंगारा लाव देव्हाऱ्यातला.. म्हणजे असलं काही वाईटसाईट डोक्यात येणार नाही.''

– म्हणून जयवंत काही बोललाच नाही. खेळायला म्हणून गेला, तो पारावरच बसून राहिला. मघा क्षणभर जे दिसलं, त्याने तो हादरलाच होता; पण त्याहून अधिक भयंकर असा एक विचार त्याच्या मनात येत होता – हे असं खरंच घडलं तर ...?

आपल्याला हे टाळता येईल का?

आप्पांना सांगावं का, की उद्यापासून अंघोळ करायला विहिरीवर जाऊ नका? गेलात तर विहिरीत सूर मारू नका... कदाचित तिथल्या दगडधोंड्याला तुमचं डोकं आपटेल – आणि तुम्ही ... आणि तुम्ही ...

यावर आप्पा नक्कीच हसून म्हणतील – ''अरे, मी काय आज पहिल्यांदा सूर मारतोय? गेली कित्येक वर्षं रोजच मी विहिरीत सूर मारून नंतर अंघोळ करीत नाही का? पट्टीचा पोहणारा म्हणून सगळा गाव ओळखतो मला..''

जेवताना देखील जयवंत हाच विचार करीत राहिला. आईने शेवटी विचारलंच, ''काय रे, आज घुमाघुमासा? ... रोज तर किती बडबड करीत असतोस ..'' आप्पादेखील म्हणाले – ''का? आज शाळेत पट्ट्या खाव्या लागल्या वाटतं?''

तरीही जयवंत काहीच बोलला नाही. मुकाट्याने उठून हात धुवायला गेला आणि अंथरूण घालून त्यावर पसरला; पण झोप कुठली यायला? जरा डोळा

लागला की दचकून जाग यायची. आप्पांचं काही बरंवाईट होणार असेल, तर आपण ते थांबवायला नको का? .. आपल्याला हा अंदेशा मिळालाय तो कशासाठी?... आपण काहीतरी हालचाल करायला हवी म्हणूनच ना?

या विचाराने तो उठून बसला.

बसल्याबसल्या पुन्हा तेच सगळं मनात घोळवत राहिला.

मग उठला आणि आप्पांच्या खोलीशी गेला.

पण, कडी वाजवून आप्पांना उठवण्याचा आणि झोपमोड केल्याबद्दल कानफटात खाण्याचा धीर त्याला झाला नाही.

तो मुकाट्याने परतला आणि अंथरुणात अंग टाकून झोपी जाण्याच्या प्रयत्नाला लागला...

सकाळी त्याला जाग आली, ती अंगावर पडलेल्या उन्हाने. घाईघाईने तो उठला. तोंड धुवून, दूध पिऊन तो विहिरीशी धावला.

विहिरीशी गर्दी जमली होती.

तो गर्दीत घुसू लागला, तेव्हा एका माणसाने त्याला थांबवलं. "तू बघू नकोस बाबा–" म्हणून बाजूला केलं.

विहिरीतून मोठ्या प्रयासाने आप्पांचा मृतदेह वर काढला.

दगडाला आपटून झालेल्या डोक्याच्या जखमेतून अजूनही रक्त येत होतं आणि पाण्याबरोबर मिसळत होतं...

मोठ्या माणसांनी सांगितलं, ते ते जयवंतने केलं, यांत्रिकपणे. तो फारसा रडलाही नाही. तरीदेखील बायाबापड्या येऊन त्याचं सांत्वन करीतच होत्या. त्याला कळत नव्हतं की आपल्या मनाला शांत कसं करायचं? ते एकसारखा आक्रोश करीतच होते. केवळ आप्पा गेले म्हणून नाही, आणखी एका कारणाने. आप्पांचं मरण आपण आधी पाहिलं होतं. ते त्यांना सांगितलं असतं, तर त्यांनी कदाचित सावधगिरी घेतली असती. त्यांना वाचवण्याची संधी आपल्याला मरणाने दिली होती. आपण ती वाया घालवली. आपण आप्पांना मरू दिलं...

आपण... आप्पांचं मरण... आधी जाणूनही ... त्यांना मरू दिलं...

गेल्या तीस वर्षात जयवंतच्या मनात हा विचार अनेकदा आला. आला म्हणण्यापेक्षा तो त्याच्या जाणिवेतच खोल रुतून बसला होता...

आणि आता... इतक्या वर्षांनी ती संधी परत चालून आली होती. त्या स्कॉर्पिओच्या मालकाला वाचवण्याची. त्याला सावध करण्याची. आपल्याला दिसलेला अपघात प्रत्यक्षात येऊ न देण्याची. आयुष्यात एकदा झालेली चूक सुधारण्याची.

जयवंतने गाडी तशीच आरटीओच्या ऑफिसमध्ये नेली. ऑफिस रिकामं

झालं होतं. फक्त ओव्हरटाइम करणारे चारदोन कारकून तेवढे दिवे लावून काम करीत बसले होते...

जयवंत त्यांच्यापैकी एकाकडे गेला आणि म्हणाला, ''सॉरी टू डिस्टर्ब... मला या नंबराचे नाव, पत्ता, फोन नंबर हवे आहेत.''

''उद्या या. आता ऑफिस बंद झालं.'' तो नियम पाळणारा कारकून म्हणाला.

''प्लीज! इट्स ॲन इमर्जन्सी.'' जयवंतने विनवलं. ''मला ताबडतोब कळायला हवीये ही इन्फर्मेशन.''

''कुठून आलात तुम्ही?'' कारकुनाने विचारलं.

''घाबरायचं कारण नाही. मी खास कोणी नाही; पण इन्शुरन्समध्ये अधिकारी आहे. कामासाठीच हवीये ही माहिती... डोन्ट वरी! तुम्ही अडचणीत येणार नाही.'' खिशातून शंभरची नोट काढून ती जयवंतने त्याच्यापुढे धरली.

इकडे-तिकडे पाहत कारकुनाने ती घेतली आणि शर्टच्या वरच्या खिशात टाकली. पंधरा मिनिटांत नाव, पत्ता, मोबाइल नंबर इत्यादी लिहून घेऊन जयवंत गाडीत बसला. आपल्याला सांगायचंय ते फोनवर बोलण्यापेक्षा प्रत्यक्षच सांगितलेलं बरं, या हिशेबाने. पत्ता वांद्र्याच्या एका जुन्या बंगल्याचा होता.

दारात वॉचमन नव्हता. गाडीही नव्हती. पहिल्या मजल्यावर जाऊन त्याने बेल वाजवली.

आतून कुत्रा भुंकल्याचा आणि एका स्त्रीने त्याला गप्प केलं त्याचा, असे आवाज ऐकू आले. मग दार उघडलं.

''संपतसाहेब आले नाहीत अजून.'' ती स्त्री –बहुधा मिसेस संपत – म्हणाली.

''ठीक आहे. मी खाली थांबतो.'' जयवंत म्हणाला.

''इथे बसा ना– ते येतीलच आता.''

''नको–खालीच बरं.'' तो म्हणाला.

तिला ते थोडं विक्षिप्तपणाचं वाटलं; पण तिने अधिक आग्रह केला नाही. तो खाली जाऊन थांबला.

दहा-पंधरा मिनिटांतच एक लाल स्कॉर्पिओ फाटकातून आत शिरली. मिस्टर संपतच गाडी चालवत होते. तोच रंग–तोच नंबर. आपण बरोबर ठिकाणी आलो आहोत, याची जयवंतला खात्री पटली.

थोड्याशा स्थूल बांध्याचे, मध्यमवर्गीय संपत गाडीतून खाली उतरले. त्यांनी गाडी लॉक केली आणि जयवंतच्या अंगावरून ते पुढे निघाले.

''एस्क्यूज मी, सर... माझं थोडं काम होतं आपल्याकडे.'' त्यांच्या पाठीमागे जात जयवंत म्हणाला.

''येस–प्लीज कम इन.'' लॅच–कीने दरवाजा उघडून आत जाता जाता संपत

अदबशीरपणे म्हणाले.

जयवंत त्यांच्या पाठोपाठ आला.

"बसा..." त्यांनी सोफ्याकडे हात दाखवला.

एवढ्यात मघाचा अल्सेशिअन बाहेर आला आणि संपतांच्या अंगावर उड्या मारू लागला. त्याच्या पाठोपाठ मिसेस संपतही बाहेर आल्या. जयवंतविषयी त्या काही सांगणार होत्या; पण त्याला प्रत्यक्षच पाहून त्या गप्प बसल्या. संपतांनी कुत्र्याचे माफक लाड केले आणि त्याला मिसेसबरोबर आत पाठवून दिलं. मग अंगाला आळोखेपिळोखे देत ते जयवंतला म्हणाले, "हं, आता बोला."

जयवंतने आपला परिचय करून दिला. संपतांनीही. ते असिस्टंट चीफ सेक्रेटरी होते. रोज मंत्रालयातून परतायला त्यांना असाच उशीर व्हायचा.

"रोज हीच गाडी नेता ऑफिसला?"

"हो, एकच गाडी आहे माझ्याकडे." संपत हसून म्हणाले. "सगळेच सेक्रेटरी श्रीमंत नसतात."

जयवंत हसला. "ड्रायव्हर–"

"नाही. मी स्वतःच चालवतो गाडी."

जयवंत गंभीर झाला.

"तुमचं माझ्याकडे काय काम आहे, ते माझ्या लक्षात आलं नाही अजून." संपत म्हणाले.

एवढ्यात चहा आला. दोघंही चहा पिऊ लागले.

"पुढल्या काही दिवसांत तुम्ही ही गाडी चालवली नाहीत तर बरं होईल."

"ओ गॉड..." संपत म्हणाले. "जाऊ कसा मग मी मंत्रालयात?"

"निदान ड्रायव्हर ठेवा." जयवंत म्हणाला. "पण तुम्ही ही गाडी चालवू नका."

"तुम्ही कोण आहात–ज्योतिषी?"

"नाही. आतापर्यंत फक्त दोनच वेळा मला असं भविष्याचं चित्र दिसलं. आज तर फारच स्पष्ट दिसलं. पहाटे साधारण तीनचा सुमार होता... आणि समोरून आलेल्या ट्रकनं जोराची धडक दिली– या गाडीला. गाडीचा ड्रायव्हर जागच्या जागीच–"

"माझा फारसा विश्वास नाही प्रिमॉनिशन्सवर." संपत म्हणाले. "पण आपल्याला त्यातला काहीच अनुभव नसतो. मग अविश्वास तरी कसा दाखवायचा?... एनी वे. तुम्ही त्या अनुभवानंतर धावपळ करून, आरटीओकडून माझी माहिती मिळवून मुद्दाम इथपर्यंत आलात.. तुमचा काहीही फायदा नसताना... त्याअर्थी मला तुमच्या हेतूचा मान राखलाच पाहिजे. आय मस्ट रिस्पेक्ट युवर इन्टेन्शन! पण, मला हे

सांगा, तुम्हाला अपघात झालेला दिसला, तो रात्री तीनच्या सुमाराला–होय ना?''

''हो–पोलिसांच्या आपसातल्या बोलण्यावरून मला वेळ कळली.''

''मग तर हे सगळं अशक्यच आहे; कारण मी अशा अपरात्री कुठं जाणार?... साडेआठ–नऊपर्यंत मी परत येतो. त्यानंतर सकाळी नऊपर्यंत गाडी इथंच असते.'' संपत म्हणाले.

''माझा अंदेशा खोटा ठरला, तर मला आनंद आहे.'' निघायच्या तयारीत उठून जयवंत म्हणाला. ''पण काळजी घ्या. मी गप्प राहिल्यानं माझ्या वडिलांचं मरण ओढवलं म्हणून मी –''

आपला फोन नंबर देऊन जयवंतने संपतांची रजा घेतली.

सकाळी उठल्यावर रोजच्याप्रमाणे जयवंतने दूरदर्शनवरच्या बातम्या लावल्या. पहिल्या दोन बातम्यांनंतर तिसरी बातमी होती, ''पुण्याच्या वाटेवर एका मालट्रकने एका स्कॉर्पिओला जोराची धडक दिली. हा प्रकार पहाटे तीनच्या सुमारास घडला. मालट्रकचा ड्रायव्हर फरारी आहे, तर स्कॉर्पिओ चालवणारा जागच्या जागी ठार झाला आहे....''

सोबत अपघाताची दृश्यं होती. ती पाहता पाहता जयवंतच्या डोळ्यांसमोर अंधारी आली...

हे असं का झालं ? ... कसं झालं?...

मी सावधगिरीची सूचना दिली असताना?

आणखी पंधराच मिनिटांनी दारावरची बेल वाजली. जयवंतने दार उघडलं. दारात पोलीस इन्स्पेक्टर उभे होते. त्यांच्यासोबत दोन हवालदार.

''गुड मॉर्निंग... बसा.'' जयवंत डोकं शांत ठेवण्याचा प्रयत्न करीत म्हणाला.

इन्सपेक्टर बसले. हवालदार दारातच उभे राहिले.

''काय झालं?'' जयवंतने भीतभीत विचारलं.

''काल संध्याकाळी तुम्ही आरटीओमधून एका गाडीची माहिती काढलीत?''

''हो.''

''का? तुमचा हेतू काय होता त्यामागे?'' इन्स्पेक्टरांनी विचारलं.

''माझा हेतू चांगला होता. त्या गाडीच्या मालकाला वाचवण्याचा.''

''म्हणजे? ट्रक त्या गाडीला धडक देणार, हे तुम्हाला आधी ठाऊक होतं? त्या कटात तुमचा हात होता?''

''कसला कट?''

''स्कॉर्पिओच्या मालकाला ट्रकची धडक देऊन मारण्याचा. तुम्ही त्या कटात सामील होता... आयत्या वेळी तुमचा त्या मंडळींशी बेबनाव झाला म्हणून तुम्ही मिस्टर संपतना या कटाची माहिती दिलीत.''

"– आणि तरीही मिस्टर संपत त्या गाडीतून गेले?'' जयवंतने जणू काही इन्स्पेक्टरांच्या हकिकतीशी सहमत शंका विचारली.

"असं दिसतंय!'' इन्स्पेक्टर म्हणाले. "आम्हाला भाग आहे, चौकशीसाठी तुम्हाला ताब्यात घेणं.''

"ठीक आहे.'' जयवंत म्हणाला. "पण त्याआधी तुम्ही माझी बाजू ऐकून घ्याल की नाही?''

"सांगा...'' इन्स्पेक्टर म्हणाले. "ती पटण्यासारखी असेल तरच आम्ही तिचा विचार करू.''

"नाही – ती पटण्यासारखी मुळीच नाहीये.'' जयवंत म्हणाला. "तरीही तुम्हाला तिचा विचार करावाच लागेल; कारण तीच खरी आहे.''

"खरं–खोटं आम्ही ठरवू.'' आता इन्स्पेक्टरांचा स्वर थोडा चढा लागला. "तुम्ही सांगा काय सांगायचं ते...''

जयवंतने आपली हकिकत सांगितली. तिच्यावर अर्थातच इन्स्पेक्टरांचा विश्वास बसला नाही. "काय पागल बनवताय साहेब आम्हाला ...'' ते म्हणाले. "थापच मारायची तर ती पटण्यासारखी मारायला हवी. थोडा विचार करून ठेवायला हवा होता तुम्ही आधी.''

जयवंत इन्स्पेक्टरला समजू शकत होता. त्याची हकिकत खरोखरीच विश्वास ठेवायला कठीण होती... ती खरी आहे हे फक्त संपतनाच माहीत होतं... आणि ते तर आता या जगात नव्हते. कदाचित – कदाचित ते याविषयी मिसेसकडे बोलले असतील... पण तसं असतं तर त्यांनी संपतना त्या गाडीने अपरात्री बाहेर पडू दिलं असतं का?

जयवंतची वाचाच बंद झाली. तो मुकाट्याने इन्स्पेक्टरांबरोबर जाण्याची तयारी करू लागला.

एवढ्यात दाराशी थोडी हालचाल झाली. हवालदारांनी कोणाला तरी आत येण्यासाठी जागा करून दिली.

जयवंत डोळे फाडून, आत आलेल्या व्यक्तीकडे पाहत राहिला. दुसऱ्याच क्षणी तो आनंदाने ओरडला, "संपत ... तुम्ही जिवंत आहात?...''

"हो..'' संपत म्हणाले. "साडेसहा वाजता गाडी पुसणाऱ्या मुलानं सांगितलं की गाडी जागेवर नाही. मी पोलीस स्टेशनवर जाऊन गाडी चोरीला गेल्याचा रिपोर्ट दिला; पण त्यांनी मला जी माहिती दिली, ती भयंकरच होती...

"सर्व चॅनल्सवर येतेय म्हणाले ही बातमी. पोलीस स्टेशनवर वर्तमानपत्रांचे रिपोर्टर्स जमले होते. पोलीस तुमच्याकडे गेलेयत हे कळल्यामुळे मी धावत आलो.''

एकूण जयवंतने पाहिलेला प्रकार प्रत्यक्षात आला होता; मात्र गाडी चालविणारे स्वत: संपत नव्हते... तो त्यांची गाडी चोरून नेणारा चोर होता.

मरणाला त्या दोघांमध्ये काय फरक होता? फरक आहे मला; कारण मी वाचवायला गेलो होतो संपतना ... जयवंतच्या डोक्यात चक्रे चालू झाली. असं झालं नव्हतं, की संपतांनी सावधगिरीची सूचना मानून ती गाडी बाहेरच काढली नाही आणि त्यामुळे मला दिसलेलं दृश्य खोटं ठरलंच नाही – मरणाने मला हुलकावणी देऊन आपला घास घ्यायचा तो घेतलाच होता.

जयवंतला आपला मोठाच पराभव झाल्यासारखं वाटलं.

त्यानंतर आणखी तीन महिने गेले. मधल्या काळात संपतची आणि जयवंतची बऱ्यापैकी मैत्री झाली होती.

जयवंतच्या ऑफिसमध्ये एका ज्येष्ठ अधिकाऱ्याचा निरोप समारंभ होता. समारंभानंतर फक्त अधिकाऱ्यांसाठीच एक कॉकटेल पार्टी ओबेरॉयमध्ये ठेवली होती.

पार्टीला रंग चढला होता. जयवंत स्कॉच पीत होता. सावकाश, मजेमजेने गप्पा मारत, विनोद करीत, हसत हसवत...

नुकतीच त्याच्यासमोर एक आकर्षक प्रौढ कुमारिका मिस मचाडो येऊन बसली होती. आपल्या सहकाऱ्यांच्या काही गॉसिप्स सांगत होती.

आणि अचानक त्याच्या छातीत एक बारीक कळ आली. टाचणी टोचावी, तेवढीच.

"आर यू ऑल राइट, जयवंत?" मिस मचाडोने विचारलं.

"येस, आय ॲम फाइन ..." असं तो म्हणत असतानाच –

संगीत थांबतं.

लोकांची गडबड.

मंत्रालयाचा टॉप फ्लोअर.

त्याच्या समोरच्या लॉबीत माणसांची गच्च गर्दी. प्रत्येकाच्या हातात घवघवीत पुष्पहार. लिफ्ट येऊन थांबते. हार घेऊन उभ्या असलेल्या गर्दीची अधीरता शिगेला पोहोचलेली.

लिफ्टचं दार उघडतं.

पांढऱ्याशुभ्र उंची खादीचे झब्बा-सुरवार आणि त्यावर जाकीट चढवलेले देखणे, उंचेपुरे सी.एम. आपल्या लवाजम्यासह लिफ्टमधून उतरतात.

लॉबीतली गर्दी जयजयकार करते.

"वाढदिवसाच्या हार्दिक शुभेच्छा."

"सी.एम.साहेब शतायू होवोत..."

– आणि त्याच वेळी सूं सूं सूं असे रिव्हॉल्व्हरमधून सुटलेल्या गोळ्यांचे आवाज.

पांढऱ्या कपड्यांवर रक्ताच्या चिळकांड्या...

लोकांचा हलकल्लोळ.

पुन्हा संगीत. ऑबेरॉयच्या कॉकटेल लाउंजमधले.

जयवंतच्या लक्षात आलं, की मिस मचाडो आपली चौकशी करतेय. त्याने तिला हसून सांगितलं, "शुअर, आय ॲम फाइन ... मे बी अ लिट्ल ड्रन्क... नथिंग टू वरी."

"ओके. टेक केअर. गुड नाइट." असं म्हणून मिस मचाडो घाईघाईने निघून गेली. दुसऱ्या कुणाला – जयवंतहून अधिक शुद्धीत असलेल्या माणसाला पकडून गॉसिप्स सांगू लागली.

जयवंतने संपतला फोन लावला.

"जयवंत बोलतोय. अतिशय महत्त्वाचं बोलायचंय. आपण मध्ये कुठे भेटू शकू?... मी ओबेरॉयला आहे..."

शेवटी वरळीच्या 'चक्र' मध्ये भेटायचं ठरलं. आणखी बरोबर अर्ध्या तासाने.

जयवंतने अतिशय अस्वस्थपणे सिगरेट पेटवली आणि तो पार्टी तशीच सोडून दारात येऊन उभा राहिला. गाडी घेऊन व्हॅले येईपर्यंतसुद्धा धीर धरणं त्याला कठीण गेलं.

'चक्र'समोर त्याची गाडी आली, तेव्हाच संपत आपल्या नवीन पजेरोमधून उतरत होते. दोघं एकत्रच आत गेले. एका बाजूच्या अगदी निर्मनुष्य कोपऱ्यात जाऊन बसले.

लार्ज व्हिस्की ऑन रॉक्सची ऑर्डर देऊन दोघं बोलू लागले.

"सी.एम.चा वाढदिवस कधी आहे?"

जयवंतने विचारलं.

"उद्या."

"उद्याच आहे?" जयवंतने काळजीत पडून विचारलं.

"का? ... तुम्हाला काय दिसलं आता?"

"गेल्या वेळी दिसलं होतं तेच – मरण..."

"सी.एम. –?"

"लिफ्टजवळ खूप गर्दी होईल लोकांची आणि खूप लोकांच्या हातात जाडेजुडे पुष्पहार असतील. सी.एम.च्या गळ्यात हार घालण्यासाठी लोक जवळजवळ धक्काबुक्की करतील ... त्यातच कोणीतरी ... मला रिव्हॉल्वरमधून गोळ्या

सुटल्याचे आवाज ऐकू आले.'' व्हिस्की ऑन रॉक्सचे सिप्स घेता घेता संपतने सुरक्षा अधिकाऱ्यांना भराभर फोन लावले. उद्याचा सगळा बंदोबस्त चोख ठेवलाय असं त्यांच्यापैकी प्रत्येकाने सांगितलं. आत येणाऱ्या प्रत्येकाचे पास बघितले जातील. प्रत्येकाची मेटल डिटेक्टर टेस्ट होईल, असं सांगण्यात आलं.

''पण वाढदिवस असला म्हणून सी.एम. साहेबांना इतक्या मोठ्या गर्दीने गराडा घालायची गरज आहे का?'' संपतने थोडं चिडूनच विचारलं.

''सगळे हितचिंतकच आहेत, साहेब.'' पलीकडून उत्तर आलं. ''आम्ही नाही म्हणू शकत नाही कुणाला ... नोकरी जाईल. एकेक जण पक्षातली बडी धेंडं आहेत ... शिवाय उद्योगपती, बिल्डर्स, तडीपार असलेले दादालोक पण आहेत एक नंबरचे... नाही कसं म्हणणार?''

''पुष्पहार–?'' जयवंतने मध्येच आठवण दिली.

''हार तपासा प्रत्येकाच्या हातातले.''

''हार? त्यात काय तपासायचं? – आणि पुडीत, बॉक्सात असले मग?''

''ते बाहेर काढून चेक करा.''

''साहेब – काही विशेष खबर आहे का?'' पलीकडून प्रश्न आला.

''का? खबर असली तरच सुरक्षेची काळजी घ्यायची असते का ? ... अहो गर्दी आहे, तिथं धोका आहेच! आणि सी.एम.चा वाढदिवस म्हणजे गर्दी जमा होणार असं तुम्हीच म्हणताय!''

''डोन्ट वरी सर... वुइल फॉलो युअर इन्स्ट्रक्शन्स.''

संपतनी फोन खाली ठेवला. जयवंतला म्हटलं, ''झालं तुमचं समाधान?''

''समाधान– मृत्यू टळेल तेव्हाच होईल!''

मंत्रालय माणसांनी फुलून गेलं होतं. पासशिवाय कुणालाच वर जाता येत नव्हतं. पासहोल्डर्सना देखील मेटल डिटेक्टरच्या चौकटीतून जाणं भाग पडत होतं. भेटवस्तू, हार, सर्व कसोशीने तपासलं जात होतं.

आता पासहोल्डर्सनाही उभं राहायला जागा राहिली नाही, मंत्रालयाबाहेर आणि समोरच्या रस्त्यावरही माणसांची आणि वाहनांची प्रचंड गर्दी झाली, तेव्हाच सी.एम.ची आणि त्यांच्याबरोबरच्या लवाजम्यातील इतर, अशा एकूण चौदा लाल दिव्याच्या गाड्यांचा ताफा मंत्रालयात शिरला.

मंत्रालयातील सुरक्षा दल एकदम 'सावधान' झालं.

संपत आपल्या दालनातून बाहेर पडून, लॉबीत येऊन उभे राहिले.

गर्दी स्वागताच्या तयारीत सज्ज होती. लिफ्ट थांबली. दोन सुरक्षा सैनिक पटकन बाहेर पडून दोन्ही बाजूंना उभे राहिले.

सी.एम. साहेब लिफ्टच्या बाहेर आले. पांढराशुभ्र पोशाख, वर जाकीट.

बाहेरच्या गर्दीने जयजयकार केला.

''सी.एम. साहेब शतायू होवोत... सी.एम साहेब चिरायू होवोत...''

सी.एम.ना हार घालण्यासाठी लावलेली रांग मोडून सगळे एकदम पुढे घुसले... एकच गोंधळ उडाला.

त्या गर्दीतच सूं...सूं...सूं करीत रिव्हॉल्व्हरमधून गोळ्या सुटल्या.

सी.एम.च्या पांढऱ्याशुभ्र कपड्यांवर रक्ताच्या चिळकांड्या उडाल्या.

आणि, मध्येच पुढे झालेला त्यांचा एक सामान्य हितचिंतक एक किंकाळी फोडून खाली कोसळला. त्याच्याभोवती रक्ताचे थारोळे जमू लागले.

लगोलग सुरक्षारक्षकांनी सी.एम.च्या भोवती कडे केले.

फक्त दोन रक्षक आणि दोन कॉन्स्टेबल्स रिव्हॉल्व्हरचे बार जिथून झाले, तिथे गर्दीत घुसले. तिथे एकच पळापळ चालली होती. रक्षक आणि कॉन्स्टेबल्स यांनी लोकांना अडवण्याचा प्रयत्न केला. काही जणांना ते थांबवू शकले. त्यांची तपासणीही केली; पण कोणाकडेही रिव्हॉल्व्हर सापडले नाही. (ते लॉबी रिकामी झाल्यानंतर, जमिनीवर पडलेले सापडले.)

ॲम्ब्युलन्स हजर झाली. लिफ्टमधून स्ट्रेचर आले.

सामान्य हितचिंतकाला स्ट्रेचरवर ठेवण्यात आले. स्ट्रेचर पुन्हा लिफ्टमध्ये गेले.

... परंतु, लिफ्ट खाली पोहोचण्याआधीच तो हितचिंतक गतप्राण झाला होता.

टी.व्ही.च्या सगळ्या चॅनल्सवरही पुन:पुन्हा ही बातमी दाखवली जात होती.

''मुख्यमंत्र्यांवर जीवघेणा हल्ला!''

''मुख्यमंत्री बालबाल बचावले!''

''मुख्यमंत्र्यांच्या शुभेच्छूचे बलिदान!''

''मुख्यमंत्र्यांवरील हल्ल्यात एक ठार!''

''हल्ल्यामध्ये दहशतवाद्यांचा हात–?'' इत्यादी इत्यादी. रस्तोरस्ती, गावोगावी अफवांना ऊत आला.

जयवंतने ऑफिस टीव्हीवर सगळ्या बातम्या पाहिल्या. तासाभराने, आता थोडं स्थिरस्थावर झालं असेल, अशा हिशेबाने तो संपतच्या ऑफिसवर पोहोचला.

मंत्रालयात शुकशुकाट होता. गर्दी संपूर्णपणे हटवण्यात आली होती. धक्क्यातून सावरण्यासाठी म्हणून सी.एम.ना त्यांच्या खासगी नर्सिंग होममध्ये हलवण्यात आलं होतं. अर्थातच त्यांच्याबरोबरचा लवाजमा आता पांगला होता. सर्व व्हिजिटर्सना बाहेर काढण्यात आलं होतं आणि प्रचंड प्रमाणावर पोलीस बंदोबस्त ठेवण्यात

आला होता. मंत्रालयाचं आवार तर पोलिसांनीच भरून गेलं होतं.

जयवंतने संपतना मंत्रालयाच्या बाहेरून फोन केला आणि विचारलं, ''भेटायला येऊ शकतो का?''

संपतांनी वरून, खालच्या रिसेप्शन काउंटरवर फोन केला. त्यांनी याला विचार, त्याची परवानगी काढ, असं बरंच काही केलं. अखेरीस, पंधरा मिनिटे खाली थांबल्यावर जयवंतला वर संपतांकडे जाता आलं. त्याच्या मनात आलं, की आपल्याकडे आपत्ती येऊन गेल्यानंतर जो बंदोबस्त केला जातो, त्याच्या पावपटीने जरी आधी केला गेला, तर किती आपत्ती टळतील? आता वर्दळ नसल्यामुळे संपत निवांतपणे बोलू शकत होते. जयवंतलाही खूप बोलावंसं वाटत होतं; पण काय बोलावं हे सुचत नसल्यामुळे दोघंही काही काळ गप्पच बसून राहिले.

मग संपत म्हणाले, ''बरं झालं, सी.एम.साहेब वाचले!''

''ते तर चांगलंच झालं; पण त्यांच्या जागी दुसरं कोणी मरायला नको होतं!'' जयवंत म्हणाला.

''तो आयत्या वेळी मध्ये आला नसता, तर सी.एम.ना नक्कीच गोळ्या लागल्या असत्या! अगदी क्लोज रेंजवरून मारल्या गेल्या होत्या त्या!'' संपत म्हणाले.

''पण मारणाऱ्याच्या हातात रिव्हॉल्व्हर आलं कुठून? मेटल डिटेक्शनमध्ये ते सापडलं नाही?''

''कसं सापडणार? ते आदल्या दिवशी संध्याकाळीच ठेवलं गेलं होतं. लिफ्टच्या शेजारीच, भिंतीमध्ये एक खोबण तयार करून आणि नंतर साध्या पुठ्ठ्यानं ती खोबण झाकून टाकून! ... प्रत्यक्षात ते गर्दीचा फायदा घेऊन सहजच काढलं गेलं आणि घवघवीत हाराखाली लपवलं गेलं. हार घालायला हात उचलतानाच ते झाडलं गेलं आणि नंतरच्या पळापळीत खाली टाकलं गेलं!''

''मला कोणी मरायला नको होतं! माझा प्रयत्न होता, तो एका माणसाला वाचवण्याचा! त्याच्या बदल्यात दुसऱ्या कुणाला मरू देण्याचा नाही!''

''सी.एम. आपल्यासाठी मोठेच आहेत... पण त्या सामान्य माणसाचेही प्राण महत्त्वाचेच होते ना?''

''राइट. म्हणून तर मरणानं ते ताब्यात घेतले! तुम्ही सी.एम.चा जीव वाचवण्याची धडपड केलीत, त्याच्या बदल्यात!''

''मरण असं का खेळतंय माझ्याशी? दर वेळी मला भविष्यात काय घडणार ते आधी सांगून शेवटी स्वतःच जिंकून? आप्पांच्या वेळी मी काही हालचाल केली नाही, म्हणून ते गेले ... पण आता मी अशी धडपड केली, तरी कुणीतरी

मरतंच!'' जयवंत उदासपणे म्हणाला.

"मरण ही फार मोठी शक्ती आहे!'' संपत गंभीरपणे म्हणाले. "तिनं हुलकावणी देण्यासाठी का होईना, तुम्हाला या खेळात भागीदार करून घेतलं, हा तुमचा गौरवच आहे!''

"मला नकोय असली भागीदारी!... मला आउटराइट जिंकायचंय! मी ज्याला वाचवायचा प्रयत्न करीन तो वाचला पाहिजे. पीरियड! मध्येच दुसरं कोणी मरायचं ही मरणानं माझ्याशी चालवलेली बनवाबनवी आहे! त्यापेक्षा–त्यापेक्षा मरणानं माझ्याशी खेळूच नये!... मला भविष्याची झलक दाखवून या खेळात ओढूच नये!''

"हू नोज– कदाचित तसंही होईल... अचानक तुम्हाला हे असं भविष्य दिसायला लागलं! कदाचित तसंच अचानकपणे ते दिसायचं बंदही होईल!''

पण तसं व्हायचं नव्हतं.

निदान इजा, बिजा, तिजा तरी होणारच होता...

संध्याकाळ झाली होती.

जयवंतने टेबल स्वच्छ करून टाकलं होतं. सेक्रेटरीला बोलावून कामाच्या सूचनाही दिल्या होत्या.

सेक्रेटरी गेल्यानंतर जयवंतने शांतपणे कोट चढवला. शर्टची कॉलर सारखी केली. टाय घट्ट केला. कोटाच्या बाहेर दिसणाऱ्या शर्ट स्लीव्हजवरून कोटाच्या बाह्या ओढल्या. घरी वाचण्यासाठी दोन जर्नल्स ब्रिफकेसमध्ये टाकून ती बंद केली.

बाहेर पडण्यापूर्वी तो सहज खिडकीकडे गेला. इमारतीवर, झाडांवर संधिप्रकाश पडला होता. सारं वातावरण सोनेरी झालं होतं.

काही क्षण मंत्रमुग्ध झाल्याप्रमाणे जयवंत त्या बाराव्या मजल्यावरच्या खिडकीतून खालची झाडे, इमारती, रस्ते आणि त्यावरून धावणाऱ्या कार्स यांच्यावर पडलेला तो जादूचा प्रकाश पाहत राहिला. मग तो वळला आणि दाराच्या दिशेने जाऊ लागणार, इतक्यात–

इतक्यात ती ओळखीची बारीक कळ त्याच्या छातीत टाचणीसारखी टोचली...

जयवंत आपल्या खुर्चीसमोर ठेवलेल्या क्लायंटच्या खुर्चीशी गेला, बसला.

साहेबांना बाहेर पडायला उशीर का होतोय, हे पाहायला त्याचा सेक्रेटरी आता आला. "सर..''

–बस. त्याने मारलेली हाक तेवढी जयवंतला समजली!... बाकी सारं पालटलं होतं.

जिन्याच्या पायऱ्या... भरभर भरभर खाली जाणाऱ्या...

व्हरांडा. व्हरांड्याच्या भिंतीतच बसवलेलं डिजिटल घड्याळ... अगदी वेगळं. फार कुठे न दिसणारं. त्याच्यात अडीच वाजत आलेले.

व्हरांड्यातून थोडं चालल्यावर लागणारा एक बंद दरवाजा...

तो लोटून आत जावं, तर तिथे कुशन्सवाल्या दोन बाकांवर बसलेली चार-पाच माणसं. त्यात एक लहान मूल खाली उतरून परत वर चढून बसणारं. भिंतीवर एक नेहमीचं चौकोनी घड्याळ. त्यात अडीचला दोन मिनिटे. मग आतला दरवाजा, बाहेरच्या दरवाज्याचे त्याच्याशी कनेक्शन असावं. बाहेर माणूस आलेलं आत कळत असावं. त्यामुळे हा दरवाजा उघडला जातो.

आत मंद प्रकाश. फक्त एक प्रखर दिवा. विशिष्ट भागावर त्याचा उजेड पडलेला.

एक पाठमोरा माणूस खाली वाकलेला. त्याच्या अंगात पांढरा ढगळ हाउसकोट, हातात पांढरे रबरी मोजे.

तो खाली वाकून समोर खुर्चीत बसलेल्या माणसाला काहीतरी करीत आहे. याने झाकल्यामुळे खुर्चीतला माणूस नीट दिसत नाही.

अचानक तो ढगळ हाउसकोटवाला ताठ उभा राहतो आणि म्हणतो–"ओ माय गॉड!"

...पुन्हा सेक्रेटरीचा आवाज ऐकू आला– "सर, बरं वाटत नाहीये का?"

"काही नाही. बरं वाटतंय!" जयवंत म्हणाला.

तरीही सेक्रेटरीने कोपऱ्यातल्या काचेच्या भांड्यातल्या फिल्टर वॉटरचा ग्लास भरून पुढे केला. जयवंतने तो घेतला आणि तो घोटभर पाणी प्याला.

"सर, मी येऊ का घरापर्यंत तुमच्या बरोबर?"

"नको रे! मला काहीही झालेलं नाही. इट्स सच अ ब्यूटिफुल इव्हिनिंग! बघ–बघ बाहेर कसा मॅजिक लाइट पडलाय! या प्रकाशात गाडी चालवायला मजा येणारेय!"

साहेब नॉर्मल झालेयत हे ओळखून, 'गुड नाइट' करून सेक्रेटरी बाहेर गेला. जयवंतही ब्रिफकेस घेऊन लिफ्टशी गेला आणि रांगेत उभा राहिला.

पण, आता त्याच्या मनात एक नवं वादळ घोंगावू लागलं होतं!

...ही, अलीकडच्या दिवसातली तिसरी वेळ!... कुणीतरी मरणार आहे– त्याला सावध करायचे, मरू द्यायचे नाही!

पण, त्याच्या जागी कोणीतरी मरणारच!... मग, कशासाठी करायची ही धावपळ?

आप्पांसाठी?

त्यांच्या बाबतीत करायचं शिल्लक राहिलेलं कर्तव्य पुरं करण्यासाठी?

की मरणाने आपल्याला त्याच्या खेळात एकदा भिडू निवडल्यानंतर खेळत राहण्याखेरीज दुसरा इलाज नाही, म्हणून?

ठीक आहे. या खेपेस देखील आपण या बळी जाणाऱ्या माणसाला सावध करायचं!... मग त्यातून काय निष्पन्न होणार असेल, ते होवो!

फक्त एकच प्रश्न– कोणाला सावध करायचं? त्या पाठमोऱ्या माणसाची ओळख काय?

आतापर्यंत, त्याच्या डोळ्यांसमोर भविष्यातला तो देखावा उलगडत गेल्यानंतर दुसऱ्याच दिवशी मरणाने छापा घातलेला असायचा. म्हणजे याही वेळी... रात्री नव्हे; कारण सगळीकडे उजेडच उजेड होता. उद्या दुपारी अडीच वाजता हा पाठमोरा, पांढरा डगलावाला माणूस मरणार होता... कदाचित त्याच्यासमोर बसलेला आणि त्याच्यामुळे झाकला गेलेला तो माणूस त्याला मारणार होता... कदाचित त्याला स्वतःलाच अचानक काहीतरी होऊन... किंवा तो पाठमोरा असतानाच कोणीतरी त्याच्या पाठीवर वार करून... गोळ्या झाडून...

एनी वे, तो मरणार होता, हे उघड होतं. त्याच्या मरणाची वेळ उद्या दुपारी अडीचची होती, हेही जवळजवळ ठरल्यासारखं होतं. त्याला सावध करण्याची गरज होती, हेही आता पक्कं झालं होतं! प्रश्न एवढाच होता, की त्याला म्हणजे कुणाला?

रात्रभर जयवंत हा विचार करीत राहिला. त्याला अजिबात झोप आली नाही.

पहाटे पहाटे तो या विचारापर्यंत आला, की जर आपल्याला तो माणूस माहीतच नाही तर आपण त्याला कुठल्या पत्त्यावर जाऊन वाचवणार? आपल्याला या माणसाचा नाव-पत्ता कळू न देण्यामागे नियतीचा असाच काही डाव असेल, की आपण या भानगडीत पडूच नये!

...जिथे आपण जाऊच शकत नाही, तिथे गेलो नाही, तर आपण आपल्या कर्तव्याला चुकलो असं कसं होणार?

सकाळपर्यंत त्याने असं पक्कं ठरवून टाकलं होतं की, काल दिसलेला प्रकार आपण विसरून जायचा! या वेळेस मरणाच्या या खेळात आपण भिडू व्हायचंच नाही; कारण मुळातच मरणाने टाकलेला हा डाव रडीचा आहे.

या विचाराबरोबर त्याला कोणीतरी हलक्या आवाजात, चिडवल्याप्रमाणे हसते आहे, असा भास झाला!

हसू दे... आपली टर उडवू दे... आपण तिकडे लक्षच द्यायचं नाही!... उद्या –परवा वर्तमानपत्रात नाहीतर टीव्हीवर बातमी येईल तेव्हाच कळेल काय झालं ते! तोवर आपण तिकडे लक्षच द्यायचं नाही! ढगळ हाउसकोटवाल्या माणसाला

सावध करण्याचा विचार डोक्यातून काढून टाकून जयवंतने सकाळची सारी कामं आटोपली, तयारी करून तो ऑफिसला गेला. एकापाठोपाठ एक कामं उरकत राहिला...

त्याला थोडी उसंत मिळाली, तेव्हा घड्याळात दोन वाजले होते. अजून त्याने लंचसुद्धा घेतला नव्हता.

आणि अचानक त्याला आठवलं, भिंतीत सेट केलेलं डिजिटल क्लॉक आपण कुठे पाहिलं आहे, ते!

डॉ. सिंघानींच्या नव्या इमारतीतल्या – पुष्पक चेंबर्समधल्या पॉश क्लिनिकच्या बाहेरच्या लॉबीत!

डॉ. सिंघानी त्याचे डेन्टिस्ट होते. आत्ता सहा महिन्यांपूर्वीच तर त्याने त्यांच्याकडून रूटकॅनल करून घेतले होते!

तो पाठमोरा माणूस आता त्याला लगेच ओळखता आला... डॉक्टर सिंघानी! पांढरा हाउसकोट घालून... हातात रबरी मोजे घालून, पेशंटच्या दातांवर काम करीत असलेले डॉक्टर सिंघानी... त्यांना वाचवायलाच हवं... सावध करायला हवं...

जयवंतने फोन लावला. स्विच्ड् ऑफ!... रिसेप्शनिस्टचा फोन एंगेज्ड!... आणि तिचा फोन लागून तरी काय उपयोग होता? डॉक्टर कामात आहेत... त्यांना मी नंतर फोन करायला सांगते, असंच ती म्हणणार!

दोन वाजून पाच मिनिटं...

आता चान्स घेण्यात अर्थ नव्हता. प्रत्यक्ष जाऊनच त्यांना सांगायला हवं!

डॉक्टर सिंघानींचं पुष्पक चेंबर्स इथून कारने दहा मिनिटांवर...

आता विचार करायलाही वेळ नव्हता.

जयवंतच्या सुदैवाने लिफ्टला रांग नव्हती. तरीही, खाली येऊन गाडी काढेपर्यंत दोन वाजून तेरा मिनिटं...

सुदैवाने रस्ता मोकळा मिळाला. एकच सिग्नल लागला. तोही फक्त दहा सेकंद... जयवंतचं लक्ष एकाच वेळी समोरच्या रस्त्याकडे आणि मनगटावरच्या घड्याळाकडे होतं...गाडी डॉक्टरांच्या गल्लीशी आली, तेव्हा दोन वीस ...म्हणजे फक्त सात मिनिटांत तो येऊन पोहोचला होता? टेरिफिक!

आणि समोर बोर्ड होता – नो एन्ट्री!

जयवंतने एक शिवी हासडली आणि गाडी तिथेच सोडली!

न्यायची असेल तर नेऊ देत टो करून! आता नीट पार्क करण्याइतका वेळ नाही! फक्त नऊ मिनिटं बाकी आहेत! जयवंत धावत सुटला. अर्धी गल्ली पार करून तो पुष्पक चेंबरशी आला. दोन पंचवीस! फक्त पाच मिनिटं बाकी!

तो लिफ्टशी गेला. दोन्ही लिफ्टस्ना मोठ्या रांगा होत्या. थांबण्यात अर्थ नव्हता.

एनी–वे! तिसऱ्या मजल्यावरच तर आहे डॉक्टर सिंघानींचं क्लिनिक!... तो जिन्याने पळत निघाला... त्याला धाप लागली होती... अंगातून घाम निथळत होता... पण, तो मजल्यामागून मजले पार करीत होता.

मनातल्या मनात डॉक्टरांना इन्स्ट्रक्शन्स देत होता. समोर बसलेल्या पेशंटच्या हालचालीकडे नीट लक्ष द्या, डॉक्टर! त्याचे हात मोकळे असतील! त्यात एखादे शस्त्र नाही ना? छातीत दुखतंय का डॉक्टर?... अस्वस्थ वाटतंय का?...तुमची हार्ट अॅटॅक येईलसं वाटत असताना घ्यायची ती गोळी– ती तिथे खाली ठेवा...

आपण आज लंच घेतला नाही. पोटात कलकलतंय! मरू दे!

तिसरा मजला आला.

समोरच भिंतीत बसवलेलं ते डिजिटल क्लॉक! आपण बरोबर ठिकाणी आलो!

दार धाडकन लोटून जयवंत आत गेला. तिथे बसलेले चार-पाच पेशंट्स दचकले. एक लहान मूल खाली उतरलं होतं, ते परत वर चढून बसलं.

बाहेरचं दार उघडल्यामुळे आत वर्दी गेलीच होती. असिस्टंटने दार किलकिलं उघडताच जयवंत सरळ आत घुसला...

मंद प्रकाश. फक्त डेन्टिस्ट्स चेअरमध्ये बसलेल्या पेशंटच्या चेहऱ्यावर पडलेला प्रखर प्रकाश, त्याच्या दातांवर काम करीत वाकलेले डॉक्टर...

"डॉक्टर–" जयवंत ओरडला. त्याच्याने पुढे बोलवेना. त्याचा श्वास अडकला होता. डॉक्टरांनी त्याच्या या अवस्थेकडे एक नजर टाकली आणि ते उद्‌गारले– "ओ माय गॉड!"

असिस्टंटने पुढे होऊन, खाली कोसळणाऱ्या जयवंतला धरलं, त्या वेळी घड्याळात बरोबर अडीच वाजले होते. जयवंतच्या कानात कुणाच्या तरी कुत्सित हसण्याचा आवाज घुसत होता...

आता हसू दे त्याला! जयवंतच्या मनात आलं... मी वेळेवर येऊन डॉक्टरना वाचवलंय! ते जिवंत आहेत. त्यांना काहीसुद्धा झालेलं नाही. या वेळी मला हुलकावणी देणं मरणाला जमलेलं नाही! पण खरंच का–

जिवंतपणी जयवंतच्या मनात आलेला तो शेवटचा विचार!

– जनप्रवाह/दिवाळी २०१०

दुष्ट गोष्ट

बर्वे मॅडमचं रियाकडे चांगलं लक्ष होतं.

रिया मात्र त्यांच्याकडे मुळीच पाहत नव्हती. तसं तिनं त्यांच्याकडे पाहणं अपेक्षितही नव्हतं; कारण बर्वे मॅडमनी आठवीच्या वर्गातल्या या मुलांना त्यांच्या रॅपिड रीडरमधील एक गोष्ट 'रॅपुन्झेल अॅन्ड द विच' वाचायला सांगितली होती. वर्गातली सगळी मुलं मन लावून, पुस्तकात डोकं खुपसून गोष्ट वाचत होती. गोष्ट वाचून झाल्यावर बर्वे मॅडम तिच्यावरचे प्रश्न विचारणार होत्या. त्यामुळे गोष्ट अगदी, तिच्यातल्या लहान गोष्टी लक्षात ठेवूनच वाचणं भाग होतं. म्हणूनच वर्गातली पस्तीस उणे एक मुलं इकडेतिकडे न पाहता आपापली पुस्तकं हातात धरून, त्यांच्यावर नजर खिळवून बसली होती. रियाच्या हातात पुस्तक होतं; पण तिची नजर मात्र खिळली होती, ती बाकांच्या डावीकडच्या रांगेत, तिच्या एक बाक पुढे बसलेल्या सुनामवर. तिला सुनामच्या चेहऱ्याची उजवी बाजू दिसत

होती.

तेरा वर्षांचा सुनाम गोरागोरापान, थोडासा लालसरच होता. वर्गातल्या हुशार मुलांपैकी तो एक होता. पुस्तकं वाचायची त्याला आवड होती. इतर मुलं मोबाइलवर गेम खेळत, त्यापेक्षा त्याला पुस्तक वाचणं अधिक आवडायचं.

रियादेखील काही कमी हुशार नव्हती; पण सुनामला वर्गाच्या लहान-मोठ्या परीक्षांमध्ये मिळायचे, त्यापेक्षा पाच टक्के कमीच मार्क तिला मिळायचे. त्याविषयी तिला काय वाटायचं कोण जाणे? कारण ती कुणाशी फार बोलत नसे. एकूणच ती कमी बोलायची. आत्ता, या क्षणी मात्र सुनामकडे पाहताना, ती काहीतरी पुटपुटतेय, असं बर्वे मॅडमना वाटलं. त्या काही बोलल्या नाहीत. नुसत्या पाहत राहिल्या. रियाचं लक्ष पुस्तकात अजिबात नाहीये. ती सुनामकडेच टक लावून पाहतेय आणि तोंडानं काहीतरी पुटपुटतेय, हे त्यांच्या चांगलं लक्षात आलं.

हळूहळू त्यांची नजर सुनामकडे गेली. तो वाचनात गुंग झालेला दिसत होता; पण त्या पाहताहेत, तेवढ्यात त्याच्या हातातलं पुस्तक मिटायला लागलं. त्यानं प्रयत्नपूर्वक ते परत उघडलं. क्षणभरातच ते आपणहून मिटलं. त्याबरोबरच सुनामचं डोकं त्या पुस्तकावर टेकलं. पाहता पाहता तो डोकं खाली टेकून झोपल्यासारखा दिसू लागला. बर्वे मॅडम उठून उभ्या राहिल्या, तशी वर्गातली सगळी मुलं त्यांच्या नजरेच्या रोखानं सुनामकडे पाहू लागली. बर्वे मॅडम सुनामच्या डेस्कपाशी जाणार एवढ्यात तो अचानक खाली पडला. बाकांच्या रांगेमधल्या जागेत. वेडावाकडा.

बर्वे मॅडम तोवर त्याच्यापाशी पोहोचल्या होत्या. त्या त्याला उठवण्याचा प्रयत्न करू लागल्या. जवळच्या बाकावरचे एकदोघे जणही त्यांच्या मदतीला आले. त्यांनी कसंबसं त्याला उठवलं आणि बाकावर बसवण्याचा प्रयत्न केला; पण तो त्यांच्याच अंगावर कलंडला. बर्वे मॅडमनी त्याच्या अंगाला हात लावून पाहिला आणि त्या म्हणाल्या, "ओ माय – ही इज रनिंग हाय टेम्परेचर!" वर्गातली मुलं उठून उभी राहिली होती. ती सुनामच्या दिशेला झुकून पाहण्याचा प्रयत्न करीत होती. ते फारसं कठीण नव्हतंच म्हणा. क्लास तसा छोटेखानीच होता. मुलं आपापसात कुजबुजू लागली. जी जवळ होती, ती सुनामच्या जवळ जाऊ लागली. बर्वे मॅडमच त्यांना बाजूला करून, 'सुनामला मोकळा श्वास घेऊ दे.' असं सांगू लागल्या. रिया मात्र जागेवरच बसून होती. अगदी चूपचाप.

"मॅडम, शाल आय टेक हिम टु डॉक्टर दस्तूर?" एकानं विचारलं. "प्लीज डू. टेक समबडी विथ यू." बर्वे मॅडम म्हणाल्या. लगेच तीन-चार

हात वर झाले. बर्वे मॅडमनी त्यांपैकी दोघांना निवडलं. तिघांनी मिळून सुनामला उठवलं. दोघांनी दोन बाजूंनी धरलं. सुनामला धड उभं राहवत नव्हतं, तर तो चालणार कसा? तरीही तिघांच्या मदतीनं कशीबशी पावलं टाकीत तो वर्गाबाहेर गेला...

तो बाहेर जाताच मुलं आपापसात, पण अधिक मोठ्यानं कुजबुजू लागली. त्या कुजबुजीमागे एकच प्रश्न होता.. हे कसं झालं? – सुनामला काय झालं ? तास सुरू झाला, तेव्हा तर तो मजेत हसत, बोलत होता; मग अचानक कसा तो तापानं फणफणला? अचानक कशी त्याला भोवळ आली? बर्वे मॅडमनी मुलांना शांत केलं. "प्लीज...प्लीज, बी क्वाएट. डोन्ट वरी. सुनाम विल बी ऑल राइट. डॉक्टर दस्तूर विल टेक केअर ऑफ हिम." डॉक्टर दस्तुरांविषयी सर्वांनाच विश्वास होता. स्कूलमध्ये एक 'मेडिकल रूम' होती. तिथं मध्यम वयाचे, किंचित लठ्ठ असे, चष्म्याच्या वरून मुलांकडे पाहणारे डॉक्टर दस्तूर, एक मिचमिच्या डोळ्यांची नर्स आणि एक राकट 'हेल्पर', अशा मंडळींना शाळेनं एक लहानसा दवाखाना काढून दिला होता. तिथं पडदा लावून त्या पाठीमागे एक कॉट मुलांना तपासण्यासाठी ठेवली होती. वार्षिक मेडिकल एक्झॅम इथंच होत असली, तरी आजच्यासारखी एखादी इमर्जन्सी वगळता, डॉक्टर व त्यांचा परिवार यांना, ग्राउंडवर खेळताना कोपरं आणि ढोपरं फोडून येणाऱ्या मुलामुलींना 'लाल लाल' औषध लावून ड्रेसिंग करणं एवढंच काम असे. डॉक्टर सहसा इंजेक्शन देत नसत. त्यांनी दिलेल्या गोळ्याही फारशा कडू नसत. म्हणून मुलं त्यांच्याकडे जायला घाबरत नसत.

वर्गात थोडीफार शांतता पसरली. बर्वे मॅडम म्हणाल्या, "ओके, वुइल प्रोसीड. हॅज एव्हरीबडी रेड द स्टोरी ऑफ रॅपुन्झेल ॲन्ड द विच?" एरवी अशा तऱ्हेच्या प्रश्नावर पहिला हात उंचावयाचा तो सुनामचा. बहुतेक अख्ख्या क्लासलाच हे जाणवलं असावं. कोणीच काही बोललं नाही. बर्वे मॅडम तोच प्रश्न पुन्हा विचारणार, एवढ्यात बझर वाजला. तास संपला. तरीही मुलांनी नेहमीइतकी – या शाळेतली मुलं शिस्तीनं वागणारी असल्यामुळे फार गडबड कधीच करीत नसत – गडबडसुद्धा केली नाही. बर्वे मॅडमनी रियाकडे नजर टाकली. ती आता पुस्तक उघडून बसली होती. त्यांनी टेबलावरचं आपलं सामान – म्हणजे पर्स आणि दोन पुस्तकं – उचलली आणि त्या वर्गाबाहेर पडल्या. अजूनही वर्ग फारसा मोठ्यानं बोलत नव्हता. गप्प राहून पुढच्या तासाच्या मॅडमची वाट पाहत होता. कशानं कोण जाणे; पण सगळे थिजल्यासारखे झाले होते; सुनामच्या एकाएकी आजारी पडण्यामुळे त्या सर्वांवरच एक प्रकारचं भीतीचं सावट पसरल्यासारखं झालं होतं.

तरीही, रियाला तिच्या शेजारी बसलेल्या मुलीनं विचारलं, "रिया, काय झालं असेल गं सुनामला?"

रिया काहीच बोलली नाही. ती नुसती वळली आणि डोळे मोठे करून तिनं त्या मुलीकडे पाहिलं. फक्त पाहिलं. ती मुलगी गप्पच बसली.

डॉक्टर दस्तूर यांनी सुनामला काही गोळ्या वगैरे दिल्या आणि परस्पर घरी पाठवलं. दोन-तीन दिवस विश्रांती घ्यायला सांगितली. तीन दिवस साऱ्या वर्गाला सुनामची रिकामी जागा बघून कसंतरी वाटत राहिलं. चौथ्या दिवशी जेव्हा तो हसतमुखानं आपल्या जागेवर येऊन बसला, तेव्हा सगळ्यांचा जीव भांड्यात पडला. त्या दिवशी बर्वे मॅडमनी सर्वांना 'माय पेट– माझा आवडता पाळीव प्राणी' या विषयावर वर्गात निबंध लिहायला सांगितला. विशेष म्हणजे हा निबंध वर्गातच, कुणाच्याही मदतीशिवाय आणि मराठीतच लिहायचा होता. मखीजानी स्कूल जरी इंग्रजी माध्यमाचं असलं, तरी त्यामध्ये एक तास मराठी लिटरेचरचा होता. इंग्रजी माध्यमातल्या मुलांना मराठीदेखील थोडंफार यावं, हा त्यामागचा उद्देश!

मखीजानी स्कूल हे मखीजानी ग्रूप या मुळात बिल्डर, पण नंतर अगदी मोबाइल फोनपर्यंतच्या नानाविध क्षेत्रांत हातपाय पसरलेल्या मोठ्या, प्रतिष्ठित उद्योगसमूहाच्या उपक्रमांपैकी एक होतं. त्याच्या जवळजवळ वसलेल्या चार ऑफिसेसच्या स्टाफला राहण्यासाठी त्यांनी एक वसाहत तयार केली होती. सर्व सोयींनी युक्त, ऐसपैस पसरलेली अशी. मुलांसाठी क्रीडांगण, स्विमिंग पूल, जॉगिंग ट्रॅक, अशा सर्व सोयी तर तिथं होत्याच; पण स्टाफच्या मुलांसाठी एक छोटेखानी, पण अत्यंत सुव्यवस्थित अशी टेन्थ स्टॅन्डर्डपर्यंतची शाळादेखील या वसाहतीपासून अगदी जवळच बांधलेली होती. एकाच वसाहतीमधले असल्यामुळे विद्यार्थी, त्यांचे पालक आणि शिक्षक या साऱ्यांमध्ये एक प्रकारची जवळीकही होती. सुनामच्या आजाराची सर्वांनी दखल घेण्याचं हेच कारण होतं.

नेहमीप्रमाणे, सुनामनं ठरावीक वेळात, आपल्या पाळीव कासवावर एक झकास निबंध लिहून टीचरकडे दिला. त्याच्यापाठोपाठ आणखी तीन-चार मुलांनी आणि त्यानंतर रियानंही निबंध लिहून दिला. तास संपला आणि सर्वांच्या निबंधाच्या वह्या घेऊन बर्वे मॅडम टीचर्स रूममध्ये गेल्या.

रियाचा निबंध, का कुणास ठाऊक, त्यांनी सर्वांत आधी वाचायला घेतला. थोडा चमत्कारिकच होता तो. रियानं आपल्या आवडत्या अल्सेशियन कुत्र्याविषयी लिहिलं होतं; मात्र सुरुवातीच्या थोड्या कौतुकपर वर्णनानंतर तिनं जे लिहिलं होतं, ते चक्रावून टाकणारं होतं.

बर्वे मॅडमनी मॉनिटरबरोबर रियाला निरोप पाठवला, की पुढचा तास संपल्यानंतर मला टीचर्स रूममध्ये येऊन भेट. त्याप्रमाणे रिया आली. बर्वे मॅडमसमोर उभी राहिली. काहीही न विचारता.

''हा तुझा निबंध–माझा आवडता पाळीव प्राणी–एक अल्सेशिअन. तुझा हा कुत्रा तुला खरंच आवडतो?'' बर्वे मॅडमनी तिला विचारलं.

''माझ्याकडे कुत्रा नाही.'' रिया म्हणाली.

''मग–? कुठलाच प्राणी नाही तुझ्याकडे?''

''आहे,'' रिया म्हणाली. ''काळं मांजर आहे. ते मला फार आवडतं; पण डॅडी–मम्मींना मात्र मुळीच आवडत नाही.''

''मग त्या मांजराविषयी का नाही लिहिलंस?''

''कुत्र्याविषयी लिहावंसं वाटलं, म्हणून.''

''अगं, पण कुत्रा नाहीये ना तुझ्याकडे?''

''तुम्हीच सांगितलेलं, की पेट ॲनिमल नसला, तर काल्पनिक लिहिलं तरी चालेल, म्हणून!''

''पण हा काल्पनिक कुत्रा तुझा आवडता प्राणी नाहीये; कारण तू लिहिलयंस, की पुढे तो मेला. तेही भयंकर रीतीनं–रक्त ओकून!''

''हो.''

''का लिहिलंस?''

''तसं मला वाटलं.''

''तू पाहिलायस कधी कुत्रा असा रक्त ओकून मेलेला?''

''नाही.''

''मग का लिहिलंस?''

''मला वाटलं.''

''काय वाटलं? आपला आवडता कुत्रा असा रक्त ओकून मरावा असं?''

''नाही, पण तो मेला त्याला मी काय करणार?''

या प्रश्नोत्तरांमधून काहीच निष्पन्न झालं नाही. रियानं काल्पनिक कुत्र्याविषयी असं का लिहिलं? ते तसं तिच्या मनात तरी का आलं? काही कळायला मार्ग नव्हता.

मात्र, आणखी चार दिवसांनी शाळेत एक विचित्र प्रकार घडला. खाली, बास्केटबॉल पिचवर मुलगे खेळत होते. मुलींची बास्केटबॉल टीम एका बाजूला त्यांचा गेम पाहत बसली होती. त्यांच्यात रियादेखील होती. टीममधला एक हुशार खेळाडू होता सुनाम. तो कॅप्टन नव्हता; पण गोल करण्यासाठी टीमची त्याच्यावर भिस्त असायची. हुलकावण्या देत देत बॉल घेऊन तो गोलपाशी

पोहोचायचा आणि बऱ्यापैकी उंच असल्यामुळे सहज उडी मारून बॉल बास्केटमध्ये टाकायचा.

रिया त्याच्याकडे टक लावून पाहत होती. नेहमीच्या सवयीनं तोंडातल्या तोंडात काहीतरी पुटपुटत होती.

सुनाम चेंडू घेऊन बास्केटजवळ आला. त्यानं एक उंच उडी मारली; मात्र चेंडू बास्केटमध्ये पडला नाही. तो त्याच्या हातातून सुटून खालीच घरंगळला. त्याच्या पाठोपाठ छातीवर हात धरून सुनाम खाली कोसळला. त्याच वेळी त्याच्या तोंडातून रक्ताची उलटी बाहेर पडली आणि मातीत जिरू लागली.

खेळ पाहत थोड्या अंतरावर उभ्या असलेल्या बर्वे मॅडम घाईघाईने पुढे झाल्या. एव्हाना सगळे खेळाडू सुनामभोवती जमा झाले होते. मुली उठून उभ्या राहिल्या. मग अधिक जवळून पाहण्यासाठी पुढे आल्या.

रियाही उठली आणि तिथून निघून गेली.

एव्हाना डॉक्टर दस्तूर ग्राउंडवर हजर झाले. लगेच स्कूल अॅम्ब्युलन्सही तिथं आली. शुद्ध हरपलेल्या सुनामला स्ट्रेचरवर घालून अॅम्ब्युलन्समध्ये ठेवण्यात आलं. बर्वे मॅडमही आत शिरल्या. दरवाजा बंद झाला आणि अॅम्ब्युलन्स मखीजानी हॉस्पिटलच्या दिशेनं धावू लागली.

डॉ. दस्तुरांनी आधीच फोन केलेला असल्यामुळे हॉस्पिटलनं सुनामला अॅडमिट करण्याची जय्यत तयारी करून ठेवली होती. बर्वे मॅडमनी सुनामच्या मॉमला फोन करून डॅडसह हॉस्पिटलमध्ये बोलावून घेतलं. सुनामला अॅडमिट करताच डॉक्टर शर्मा कामाला लागले. सुनामची अवस्था पाहताच त्यांनी त्याला सरळ इन्टेन्सिव्ह केअर युनिटमध्येच रवाना केलं.

तेवढ्यात सुनामच्या मॉम मिसेस राजवाडे तिथं हजर झाल्या. त्यांना घेऊन डॉक्टर शर्मा इन्टेन्सिव्ह केअर युनिटमध्ये गेले. तिथं बेशुद्धावस्थेत पडलेल्या सुनामकडे पाहून त्यांनी दुपट्ट्याचा बोळा तोंडात धरला आणि रडू आवरलं. हळूहळू स्वत:वर ताबा मिळवून त्या बाहेर आल्या आणि बर्वे मॅडमशेजारी बसल्या. काही क्षण दोघीही गप्प राहिल्या. मग बर्वे मॅडमनी विचारलं, "सुनामचे डॅडी नाही आले?"

"येतोय तो," हुंदका दाबत मि.राजवाडे म्हणाल्या. "त्याची एक मीटिंग चालू होती. ती आटपून येतोय."

मिस्टर अँड मिसेस राजवाडे, दोघेही इंजिनिअर्स होते; पण वेगवेगळ्या फर्म्समध्ये.

"असं कसं झालं सुनामला एकाएकी?" मिसेस राजवाडे अखेरीस म्हणाल्या. "चांगला हसताखेळता, सुदृढ मुलगा... त्या दिवशी ताप काय आला... आणि

आज हे–कुणा मेल्याची नजर लागलीय त्याला कोण जाणे?'' त्यांना हुंदके अनावर झाले आणि त्या स्फुंदूनस्फुंदून रडू लागल्या. एवढ्यात मिस्टर राजवाडे आले आणि मिसेस राजवाड्यांनी आपल्या रडण्याला आवर घातला. तरीही प्रकरण अतिशय गंभीर आहे, हे त्यांच्या लक्षात आलंच. काय झालंय ते बर्वे मॅडमनी त्यांना थोडक्यात सांगितलं. ते ऐकल्यावर मिस्टर राजवाडे थोडा वेळ गप्पच राहिले. मग म्हणाले, ''मी येतो डॉक्टरना भेटून,'' एवढं बोलून ते सरळ आत गेले.

नंतर मिसेस राजवाडे एका नर्सबरोबर आयसीयूमध्ये गेल्या आणि सुनामला पाहून आल्या.

''अजून शुद्धीत नाही आला तो,'' बाहेर गेल्यावर त्या बर्वे मॅडमला म्हणाल्या. ''किती वेळ तिथं बसले... पण तो जिथं डोळेच उघडत नाही, तिथं...'' आणि त्या परत रडू लागल्या.

काही वेळानं मिस्टर राजवाडे बाहेर आले. म्हणाले, ''एवढ्या वेळात डॉक्टरांनी सगळं चेकअप केलंय. सगळे रिपोर्ट्स घेतलेत. इथं एकाच ठिकाणी सगळ्या सोयी आहेत म्हणून– नाहीतर दहा ठिकाणी जावं लागलं असतं... त्यात खूप वेळ गेला असता...''

''काय म्हणाले डॉक्टर, रिपोर्ट्स बघून?''– मिसेस राजवाड्यांच्या या प्रश्नाला जसं काही ते घाबरत असावेत.

''तुम्ही दोघी घरी जा. मी थांबतो इथं– सुनामजवळ.'' ते म्हणाले.

''पण डॉक्टरांनी काय सांगितलं?... काय झालंय म्हणाले सुनामला?''

''काय झालंय ते अजून डॉक्टरांनाच कळलेलं नाहीये.''

''म्हणजे?''

''सगळे रिपोर्ट्स पाहिले त्यांनी. त्यात काहीच सापडलं नाही त्यांना. कदाचित उद्या–परवा काहीतरी सांगता येईल, म्हणाले.''

''डॉक्टरांना कळत नाहीये? असं कसं? त्याला काय झालंय ते समजत नाही. रिपोर्ट्समध्ये काही सापडलं नाही, तरी हा मुलगा अचानक रक्त ओकून बेशुद्ध होतो – म्हणजे हा प्रकार काय आहे? कुणी मूठ मारली म्हणावं, की चेटूक केलं म्हणावं?''

''काहीतरी बोलू नकोस,'' मिस्टर राजवाडे त्यांना गप्प करण्याचा प्रयत्न करीत म्हणाले. ''मूठ-चेटूक...असलं काही नसतं हे किती वेळा सांगायचं तुला?''

हा राजवाडे पती-पत्नींमधला जुना वाद होता. दोघंही तंत्रविज्ञान शिकले असले, तरी राजवाडे पूर्णपणे विज्ञानवादी होते; मात्र मिसेस राजवाड्यांचा अनेक

विज्ञानबाह्य, किंबहुना विज्ञानविरोधी गोष्टींवर पुरता विश्वास होता.

त्या अचानक शांत झाल्या. वाद घेण्याचा पवित्रा सोडून देऊन त्या मिस्टर राजवाड्यांना म्हणाल्या, ''तुला माहितेय, सबंध जगानं आता चेटूक ही विद्या म्हणून स्वीकारलीये. आपण नुसती बुद्धिवादावर अंधश्रद्धा ठेवून राहिलोय; पण जग या गोष्टींचा शास्त्रीय दृष्टीनं विचार करतंय.''

त्यांच्या या विधानाला मिस्टर राजवाड्यांनी विरोध केला नाही; कारण त्यांना माहीत होतं, की आपली पत्नी जर्नल ऑफ ऑ कल्ट सायन्स या लंडनहून निघणाऱ्या त्रैमासिकाची वर्गणीदार आहे आणि त्यातले लेख ती मनापासून वाचते.

''नव्या थिअरीज काय आहेत, माहितंय तुला? पूर्वीसारखं लिंबू मारणं, मंत्रतंत्र टाकणं अशाची आता काही गरज राहिलेली नाहीये. आता मानसिक संदेश देणं– नजरेची शक्ती वापरणं, एक प्रकारचं भारलेलं वातावरण सातत्यानं ठेवणं... त्या 'स्पेलमध्ये ठेवून माणसाला नष्ट करणं' अशा नवीन पद्धती वापरल्या जातात चेटूक करण्यासाठी. माझी खात्री आहे, आपल्या बाळावर कुणीतरी अशाच कसल्यातरी मार्गानं चेटूक करतंय.''

यावर मिस्टर राजवाडे काहीच बोलले नाहीत. ज्याला आपण अंधश्रद्धा म्हणतो, त्याचं वैज्ञानिक स्पष्टीकरण देण्याची आपल्या पत्नीची पात्रता त्यांना ठाऊक होती. तरीही, या वेळी तिनं दिलेल्या नवीन माहितीनं ते काहीसे चकित झाले. अस्वस्थही झाले; मात्र सुनामवर चेटूक झालं असेल, हे मानायला ते तयार नव्हते.

''बघू या आपण.'' ते म्हणाले, ''उद्या डॉक्टर निश्चित काय ते सांगतीलच. मी इथं थांबतो. तुम्ही दोघी घरी गेलात, तरी चालेल.'' मिसेस राजवाडे घरी जायला निघण्यापूर्वी परत एकदा आयसीयूमध्ये आत जाऊन सुनामला बघून आल्या. रडवेल्या सुरात म्हणाल्या, ''काहीच हालचाल करत नाहीये तो.''

''घाबरू नकोस. सगळं ठीक होईल,'' मिस्टर राजवाड्यांनी धीर दिला आणि मिसेस राजवाडे बर्वे मॅडमना घेऊन घरी जायला निघाल्या. खाली आल्या, तर राजवाडेंची गाडी समोरच होती. ड्रायव्हरनं खाली उतरून दरवाजा उघडला आणि दोघी गाडीत बसल्या.

''तुम्हाला कुठं सोडायचं?'' मिसेस राजवाडेंनी विचारलं.

''मी तुमच्या घरीच येते. मला तुम्हाला थोडं सांगायचंय.''

कार राजवाडेंच्या सी विंगशी थांबली. दोघी गाडीतून उतरल्या, लिफ्टनं तिसऱ्या मजल्यावर गेल्या. लॅचकीनं दार उघडून दोघी आत गेल्या. बर्वे मॅडमना पाणी देऊन मिसेस राजवाडे म्हणाल्या, ''हं, आता बोला, काय सांगणार

होता ते.''

"खरं तर मी यातलं काहीच तुमच्याकडे बोलणार नव्हते," बर्वे मॅडम म्हणाल्या. "पण, तुम्ही जेव्हा म्हणालात, की अलीकडे जारणमारण, चेटूक यातदेखील बराच बदल झालाय, नुसत्या नजरेनं, मानसिक संदेशानं किंवा फक्त विशिष्ट वातावरणातूनदेखील माणसावर चेटूक करता येतं, तेव्हा–"

"हो. म्हणजे अलीकडे अनेकदा असे उल्लेख वाचायला मिळतात, या शास्त्रावरच्या परदेशी पुस्तकातून.''

"तुमचं हे मत कळलं तेव्हाच मला धाडस झालं माझं निरीक्षण तुम्हाला सांगायचं, नाहीतर माझ्या सांगण्याला आधार असा काहीच नाहीये.''

एव्हाना मिसेस राजवाड्यांची उत्कंठा शिगेला पोहोचली होती, "प्लीज– मोकळेपणानं सांगून टाका. काहीही हातचं न राखता. मी गैरसमज करून घेईन, असं मनातही आणू नका.''

"थँक्स. मला सांगायचंय, ते अर्थातच फार विचित्र आहे. कदाचित तो माझ्या मनाचा भाससुद्धा असू शकेल; पण सुनामच्या वर्गात ती रिया नार्वेकर आहे ना–"

"माहितीय मला. तिचे वडील ड्राफ्ट्समन आहेत.''

"–तर सुनाम आजारी पडला, त्या दोन्ही वेळेला ती त्याच्याकडे कितीतरी वेळ टक लावून पाहत होती. तोंडानं काहीतरी पुटपुटतसुद्धा होती.''

"काय म्हणताय?'' मिसेस राजवाड्यांना धक्काच बसला.

"हो... आता यात विशेष काही नसेल कदाचित. हा निव्वळ योगायोग असेल.''

"नाही. मला नाही वाटत हा योगायोग आहे असं.''

"तसं पाहिलं, तर रियाला काही कारण नाही सुनामवर राग ठेवण्याचं. म्हणजे ती नक्कीच परीक्षेत सुनामला गाठू शकत नाही. सगळा वर्ग, सगळे शिक्षक त्याला नावाजतात... पण असं असतंच वर्गामध्ये–"

मिसेस राजवाडे उठून उभ्या राहिल्या आणि अतिशय काळजीत पडल्याप्रमाणे येरझाऱ्या घालू लागल्या.

"मध्यंतरी मी मुलांना एक निबंध लिहायला सांगितला होता, त्यांच्या 'पेट' विषयी. त्यात रियानं एका कुत्र्याविषयी लिहिलं होतं. तो कुत्रा रक्त ओकून मेला, असं तिनं लिहिलं होतं–"

"काय?'' मिसेस राजवाडे दचकून ओरडल्या.

"हो. अँड द आयरनी इज... तिच्याकडे असा कुत्रा नाहीयेच! तिचा आवडता प्राणी आहे तिचं मांजर, तिचं लाडकं मांजर! काळं मांजर!''

“काळं मांजर?” मिसेस राजवाडे पुन्हा दचकल्या. “ते तर चेटकीचं फेव्हरिट समजलं जातं.”

“अर्थात, हा सगळाच एक योगायोग आहे, असंही म्हणता येईल,” बर्वे मॅडम म्हणाल्या.

“नाही–हा योगायोग नाही!” मिसेस राजवाडे ठामपणे म्हणाल्या.

“रिया ‘त्यांच्या’तली आहे. तुम्ही म्हणाल, एवढी लहानशी मुलगी चेटूक कसं करू शकेल?...पण नाही, मी जे वाचलंय, त्यावरून या गोष्टीला वयबिय काही नसतं. हा दुष्टपणा कुणाच्याही अंगात, अगदी जन्मल्यापासून असू शकतो!”

“फार विचार करत बसू नका यावर. आधीच तुम्हाला सुनामची काळजी आहे! ... मी निघते. उद्या येऊन जाईन मी हॉस्पिटलमध्ये. रिपोर्ट्समध्ये सुधारणा असेल अशी आशा करू या.”

बर्वे मॅडम गेल्या आणि मिसेस राजवाडे त्यांच्या बोलण्यावर विचार करीत राहिल्या. रात्र पडली आणि त्या परत हॉस्पिटलमध्ये गेल्या. मिस्टर राजवाड्यांना घरी पाठवून, आयसीयूबाहेर अधूनमधून पेंगत रात्रभर जागत राहिल्या.

दुसऱ्या दिवशी मिस्टर राजवाडे परत एकदा डॉक्टर शर्मांना भेटले. अर्थातच, शर्मा आशादायक रिपोर्ट देतील, या खात्रीनं.

पण, शर्मा काहीच बोलले नाहीत. मिस्टर राजवाड्यांनी पुन:पुन्हा विचारल्यानंतर ते एवढंच म्हणाले, “वेल, आय ॲम पझल्ड. या रिपोर्ट्सचं काय करावं ते कळत नाही. कुठंही एखादी ॲबनॉर्मलिटी दिसत नाही; पण प्रत्यक्षात मात्र सगळेच प्रॉब्लेम्स आहेत. अजूनही तो कोमामध्ये आहे. सुधारणेची काहीच लक्षणं दिसत नाहीत.”

तेवढ्यात बर्वे मॅडम तिथं आल्या. नर्सबरोबर आयसीयूमध्ये जाऊन आल्या. बाहेर आल्यानंतर त्यांनी मिस्टर राजवाड्यांना विचारलं, “एनी लक?”

राजवाड्यांनी नकारार्थी मान हलवली. मग म्हणाले, “त्याला काय झालंय हेच डॉक्टरांना कळत नाहीये. मग ट्रीटमेंट तरी कशी करणार?”

थोड्या वेळानं मिसेस राजवाडे आल्या. त्या सरळ डॉक्टर शर्मांकडे गेल्या. म्हणाल्या, “डॉक्टर, मी काहीएक वाटून घेणार नाही; पण मला खरं काय ते सांगा.”

डॉक्टर क्षणभर गप्प राहिले. मग म्हणाले, “पुढचे चोवीस तास क्रिटिकल आहेत... अजून कुठल्याही ट्रीटमेंटला तो दाद देत नाहीये. मुळात, त्याला काय झालंय, हेच आम्हाला कळत नाहीये.”

“डॉक्टर, डू यू बिलीव्ह इन विचक्राफ्ट?” मिसेस राजवाड्यांनी अचानक विचारलं.

"ऑफ कोर्स नॉट." डॉक्टर ताडकन म्हणाले. "पण असं का म्हणता तुम्ही? तुम्हाला तसले काही सिम्पटम्स दिसले?"

"नाही. म्हणजे प्रत्यक्ष मला नाही; पण आता तुम्हीच म्हणता, की मेडिकल रिपोर्ट्समध्ये काहीही सापडलं नाही... याचा अर्थ असा, की मेडिकल सायन्स त्याला वाचवू शकणार नाही. कदाचित– दुसरं कुठलं सायन्स–"

"दुसरं सायन्स? दुसरं कुठलं सायन्स त्याला वाचवू शकणार...? निदान आम्हाला तरी असं काही सायन्स माहीत नाही."

"तिथंच तर आपण असहाय ठरतो ना डॉक्टर? या जगात अगणित गोष्टी आहेत... आणि दुर्दैवानं त्यातल्या फारच थोड्या आपल्याला माहीत आहेत."

"मे बी तुम्ही म्हणता ते खरं असेल. बट वुई आर हेल्पलेस. आम्ही, आम्हाला जे ज्ञान आहे, त्याच्या कक्षेत सगळे प्रयत्न करतोय. तुमच्या मनात काय येतंय ते मला कळतंय; पण दुर्दैवानं आम्हाला विचक्राफ्टमधलं काही माहीत नाही. अर्थातच त्यावरचे उपाय आमच्याजवळ नाहीत; पण एक सांगतो, सुनामला वाचवण्यासाठी आम्ही आमच्याकडून सगळे प्रयत्न करतोय. अवर हॉस्पिटल इज वन ऑफ द बेस्ट हॉस्पिटल्स इन इंडिया. इथं सगळे स्पेशॅलिस्ट्स प्रयत्न करतायत, सुनामचे प्राण वाचावेत यासाठी. प्लीज, डोन्ट वरी. एव्हरीथिंग विल बी ऑल राइट."

...त्याच रात्री दोन वाजून पाच मिनिटांनी सुनामचा प्राण गेला.

पुढचे दोन दिवस राजवाडे दाम्पत्यानं एका बधिर अवस्थेत काढले. जे झालं ते खरं वाटावं, यासाठीही त्यांची मन:स्थिती जागेवर नव्हती; मात्र कॉलनीतले शेजारीपाजारी, दोघांच्याही कंपन्यांमधले सहकारी, सुनामच्या शाळेतले अनेक विद्यार्थी आणि शिक्षक येऊन, त्यांचं पुन:पुन्हा सांत्वन करून त्यांना परिस्थितीचा विसर पडू देत नव्हते. दोन दिवस तो दु:खाचा लोंढा येऊन गेल्यानंतर मग राजवाडे पती-पत्नींची बधिरता कमी झाली आणि त्यांच्या खऱ्याखुऱ्या दु:खाला– जवळचं काहीतरी फार मोलाचं गमावल्याच्या जाणिवेला सुरुवात झाली. मिसेस राजवाड्यांच्या मनाची किंचितशी तयारी झाली होती; पण मिस्टर राजवाडे केवळ डॉक्टरांच्या मतावर अवलंबून असल्यामुळे त्यांना जबरदस्त धक्का बसला होता. खुद्द डॉक्टर आणि हॉस्पिटलचा स्टाफ, यांनाही काय झालं हे नीटसं समजलं नव्हतं. आजवर आपण कुठल्याही पेशंटच्या बाबतीत असे हतबुद्ध झालो नव्हतो, या भावनेनं तर त्यांना अधिकच हतबल वाटत होतं.

दोन दिवस ऑफिसमधून रजा घेतल्यानंतर तिसऱ्या दिवशी राजवाडे कसेबसे ऑफिसला गेले. मिसेस राजवाडे मात्र दिवसभर अंगातलं त्राण गेल्याप्रमाणे पडून होत्या. संध्याकाळी अचानक कुठूनतरी शक्ती आल्याप्रमाणे त्या उठल्या. त्यांनी

बाहेर घालण्याचा सलवार-कमीज चढवला आणि चटचट जिना उतरून त्या खाली आल्या. त्यांना पाहताच ड्रायव्हर गाडी घेऊन आला. त्या गाडीत बसल्या आणि म्हणाल्या, ''इथंच जायचंय. पलीकडच्या कॉलनीत. ई विंगमध्ये.''

गाडी निघाली आणि पाच मिनिटांत त्या तिथं जाऊन पोहोचल्या. त्या ड्रायव्हरला म्हणाल्या, ''इथंच थांब, मी पंधरा-वीस मिनिटांत येते.'' लिफ्टनं त्या दुसऱ्या मजल्यावर पाहोचल्या आणि त्यांनी नार्वेकरांच्या घराची बेल वाजवली.

रियाच्या मम्मीनं दरवाजा उघडला. त्यांनी 'या' म्हणण्याची वाट न पाहताच मिसेस राजवाडे आत शिरल्या.

रियाचे डॅडी अजून ऑफिसातून परतले नव्हते. रिया मात्र नुकतीच शाळेतून येऊन आपल्या काळ्या मांजराशी खेळत बसली होती. ''तुम्हाला सांगायला आलेय–'' एका आवेगातच मिसेस राजवाडे म्हणाल्या, ''तुमच्या या-या मुलीनं माझ्या सुनामला मारलं!''

''सुनामच्या आई! शुद्धीवर या!'' रियाच्या मम्मी कपाळाला आठ्या घालत म्हणाल्या.

''सुनाम गेला, फार वाईट गोष्ट झाली. तुमच्यावर प्रचंड दुःख कोसळलं... मी समजू शकते; पण म्हणून तुम्ही कुठंही जाऊन काहीही बरळणं बरोबर नाही. सध्या तुम्ही घरी राहा. हळूहळू शांत व्हाल...''

''हे बघा, तुम्ही मला शहाणपणा शिकवू नका,'' मिसेस राजवाडे आवाज चढवून म्हणाल्या. ''मी बरळत नाहीये. या तुमच्या मुलीलाच विचारा, खरं काय ते. तिनंच मारलंय माझ्या मुलाला.''

''अहो, संबंध काय तिचा आणि सुनामच्या मरण्याचा?'' रियाच्या मम्मीनं तळमळून विचारलं. ''आणि ती मारणार तरी कशी त्याला?''

''चेटूक करून!'' मिसेस राजवाडे ठामपणे म्हणाल्या... ''तुमची मुलगी चेटकी आहे! हेच सांगायला आलेय मी! रिया चेटकी आहे!''

त्यांचे हे शब्द दारातून आत येणाऱ्या नार्वेकरांनी ऐकले. आत येतायेताच त्यांनी विचारलं, ''कोण आहात तुम्ही आणि माझ्या मुलीविषयी असं वेडंवाकडं का बोलताय?''

''मी तीन दिवसांपूर्वी वारलेल्या सुनामची आई,'' मिसेस राजवाडे संतापानं म्हणाल्या. ''तुमच्या मुलीनंच चेटूक करून त्याचा प्राण घेतला!''

''हे बघा! माझी मुलगी बऱ्याचदा आपल्या तंद्रीत असते, हे मला मान्य आहे... पण हे चेटूकबिटूक– तुम्ही काय बोलताय हेच मला समजत नाही. आधी चेटूक वगैरे असं काही नसतंच. मग तुमच्या मुलावर कुणी चेटूक करण्याचा प्रश्नच कुठं येतो?''

''मला माहितंय, तुम्हाला माझं सांगणं पटणार नाही!'' मिसेस राजवाडे म्हणाल्या.

''त्यातून तुम्ही आपल्या मुलीची बाजू घेणार, हे उघडच आहे! पण, मी तुम्हाला आधीच सांगून ठेवतेय. आय ॲम वॉर्निंग यू– आज या मुलीनं माझ्या मुलाचा जीव घेतला– उद्या ती तुमचा घेईल! त्याआधीच काहीतरी करा– तिला दूर ठेवा– नाहीतर तुमच्याही जिवाला धोका आहे!... चेटूकबिटूक काही नसतं असं म्हणू नका! तुमच्या घरातच एक चेटकी आहे!''

संताप आणि दुःख यांच्या आवेगातच मिसेस राजवाडे निघून गेल्या. त्यांच्याबरोबरच रियाचं काळं मांजर दाराबाहेर पळालं. त्याला ''काली बिल्ली– काली बिल्ली!'' अशा हाका मारत रियादेखील बाहेर गेली. थोडा वेळ ती घरात परतलीच नाही. तिथल्याच पायऱ्यांवर बसून ती काळ्या मांजराच्या डोक्यावरून, मानेवरून हात फिरवता फिरवता त्याच्याशी बोलू लागली...

''ऐकलंस ना काली बिल्ली, ती बाई काय म्हणाली ते? मी चेटकी आहे! मी जीव घेईन कुणाचाही– त्याच्यावर चेटूक करून! समजलं तुला? मी चेटकी आहे– आणि तू माझी काली बिल्ली आहेस! आपण दोघींनी लोकांवर चेटूक करायचं– त्यांचा जीव घ्यायचा!...ओके?''

इकडे रियाचे वडील तिच्या आईची परोपरीनं समजूत घालत होते. रियाची मम्मी विलक्षण भयभीत झाली हाती. सुरुवातीला जरी तिनं मिसेस राजवाडेंना थोडंफार ऐकवलं होतं, तरी त्यांच्या शब्दाशब्दांबरोबर त्यांची भीती वाढत गेली होती. आपली मुलगी अधूनमधून तंद्रीत जाते, विचित्र वागते आहे हे त्यांना माहीतच होतं; पण आता ती चेटकी आहे, हे ऐकून त्यांचा थरकाप झाला. त्यावर त्यांनी विश्वास ठेवला असं नाही; पण आपल्या घरात काहीतरी अतिशय ओंगळ, अभद्र असं वास्तव्याला आलंय, अशी एक भीतीची भावना त्यांच्या मनात ठाण मांडून बसली. त्या बोलल्या काहीच नाहीत; पण त्यांच्या चेहऱ्यावरून त्यांना जाणवणारा ताण कळत होता.

''अगं वेडी आहेस का तू? आजच्या या काळात कुणी कुणावर चेटूक करू शकेल, ही कल्पनाच वेडगळपणाची आहे! त्या जुनाट कल्पनांवर आपल्यासारख्या सुशिक्षित माणसांनी तरी विश्वास ठेवता कामा नये!...''

त्यांचं हे बोलणं रियाच्या मम्मीला समजत होतं– आणि नव्हतंही. त्यांचा चेहरा घामानं चिंब झाला. त्यांना धाप लागली आणि तिथंच सोफ्यावर त्या आडव्या पडल्या. एवढ्यात काळ्या मांजराला घेऊन रिया आत आली. मम्मीची परिस्थिती पाहून आणि आपल्या बोलण्याचा तिच्यावर काहीच परिणाम होत नाहीये यामुळे आधीच चिडलेल्या डॅडींची, काळ्या मांजराला कवटाळून समोर

आलेल्या रियाला पाहून तळपायाची आग मस्तकात गेली.

"काय बोलताहेत लोक तुझ्याविषयी? चेटकी म्हणताहेत तुला, चेटकी!" ते ओरडले. "आणि तू वर काळी मांजर घेऊन फिरतेयस!... काही अक्कल आहे की नाही तुला?" यावर रिया काहीच बोलली नाही. नुसती डोळे विस्फारून त्यांच्याकडे पाहत राहिली. त्यावर अधिकच चिडून त्यांनी तिच्या हातातलं काळं मांजर खेचून घेतलं आणि जमिनीवर फेकलं. तसं ते त्यांच्या अंगावर फिस्कारू लागलं. त्यांनी त्या मांजराला लाथ मारली. ते घाबरून बाहेर पळून गेलं. रिया त्यांच्या लाथ मारली त्या उजव्या पायाकडे पाहत पुटपुटत रहिली आणि मांजरामागे बाहेर निघून गेली.

"उगाच मारलीत लाथ तुम्ही त्या मांजराला!" घाबरलेल्या स्वरात रियाच्या मम्मी म्हणाल्या आणि त्यांनी तोंड झाकून घेतलं.

"उगाच कसं? चांगलं लाथाबुक्क्यांनी तुडवलं पाहिजे, तिच्या त्या मांजराला आणि तिलाही! नसते वेडाचार! चेटकी म्हणे!"

"नका ना असं बोलू... मला भीती वाटते!" मम्मी म्हणाल्या.

दुसऱ्या दिवशी रिया शाळेत गेली, तेव्हा तिथलं वातावरण वेगळंच झालं होतं. रोज तिच्या शेजारी बसणारी हसीना आज दुसरीकडेच जाऊन बसली होती. वर्गातली मुलं एकमेकांत काहीतरी कुजबुजत होती. मध्येच तिच्याकडे पाहत होती आणि पुन्हा एकमेकांना काहीतरी सांगत होती. हे सगळं रियाच्या लक्षात येत होतं; पण ती कुणाशीच काही बोलली नाही. लिटरेचरच्या तासाला बर्वे मॅडम जेव्हा तिच्याकडे पाहू लागल्या, तेव्हा त्यांना हे सांगावं, असं तिच्या एकदा मनात आलं. तरीही ती गप्पच राहिली.

ग्राउंडवर आज मुलींच्या बास्केटबॉल टीमची प्रॅक्टिस चालली होती. मुलांच्या टीममधल्या सुनामच्या आठवणीनं सगळ्याच जरा गप्प गप्प होत्या. मात्र, खेळ नेहमीप्रमाणे सुरू झाला. रियाला कुठल्याच टीमनं आपल्यात घेतलं नाही. तरीही ती काहीच न बोलता गप्प बसून खेळ पाहू लागली. नंतर बर्वे मॅडम आल्या. त्या तिच्याकडे पाहत राहिल्या; पण "तू खेळत नाहीस का?" असं त्यांनी तिला विचारलं नाही, की तिनंही कुणाची तक्रार केली नाही.

स्पोर्ट्सचा तास संपल्यानंतर वर्गात परत जाताना मात्र तिनं शिखा मेहताला विचारलं, "काय गं, आज मला का नाही घेतलं खेळायला?"

शिखा चांगलीच मोकळीढाकळी आणि बडबड्या स्वभावाची होती. तरीही तिनं काहीच माहीत नसल्याप्रमाणे नुसतेच खांदे उडवले.

रिया परत म्हणाली, "सांग ना–"

शिखाला तेवढं पुरलं. ती बोलू लागली. म्हणाली, "अगं, कसं घेणार?

सगळ्यांना तुझी भीती वाटते ना!''

भीती का वाटते, असं रियानं विचारलं नाही.

मग शिखाच पुढे म्हणाली, ''तू चेटकी आहेस ना, म्हणून!''

रियानं नुसतंच स्वतःला सांगितल्याप्रमाणे विचारलं, ''मी... चेटकी आहे, असं का वाटलं?''

''सगळ्यांना माहितेय,'' शिखा अधिकच जोरात म्हणाली– ''तू चेटूक करून सुनामला मारलंस. त्याला तुझ्याहून जास्त मार्क मिळतात म्हणून. सुनामच्या मॉमनं सगळ्यांना सांगितलंय. कॉलनीत सगळीकडे पसरलंय. मग, शाळेत का नाही कळणार? आम्हाला तर पेरेन्ट्सनी सांगितलंय, की रिया नार्वेकरपासून लांबच राहायचं!''

आपण असं काही बोलल्यामुळे रियाला वाईट वाटेल, असं शिखाच्या मनातही आलं नाही. रियाच्या चेहऱ्यावरही तसं काही दिसलं नाही. तिच्या मनात एवढाच विचार आला, 'मी चेटकी–म्हणजे आजवर सगळ्या गोष्टींमधून वाचलेल्या, सिनेमातून पाहिलेल्या चेटक्यांसारखी एक आहे की काय? जिच्या अंगात कुणाचंही बरंवाईट करण्याची शक्ती असते. जिच्याकडे तिचं लाडकं काळं मांजर असतं... आणि जी एका खराट्यावरून उडू शकते–खराटा– ब्रूमस्टिक! म्हणजे एक लांबच लांब काठी...तिच्या एका टोकाला एक पसरट झाडू...

खराट्यावर स्वार झालं आणि त्याला आज्ञा दिली की तो निघाला उडत उडत! आपल्याला हवं त्या ठिकाणी तो नेणार! मजा असते चेटकीची– म्हणजे आपलीही मजाच मजा होणार!

आपल्या मनातलं हे सगळं समोर उभ्या असलेल्या बर्वे मॅडमना वाचता येत असेल का? कारण त्या समोरच उभ्या राहून टक लावून आपल्याकडे पाहताहेत!– पण असलं वाचता येत, तरी मला कुणाला घाबरायचं कारण काय? मी चेटकी आहे! माझ्या अंगात शक्ती आहे. मी ठरवीन तसं होऊ शकतं! मी चेटकी आहे!

रिया शाळेतून घरी आली, तेव्हा दार बंद होतं. तीन-चार वेळा बेल वाजवली, तरी ते उघडेना. तेव्हा रियानं शेजारच्या फ्लॅटची बेल वाजवली. एका लहान मुलानं लॅचला साखळी लावून दार किलकिलं उघडलं. रियाला पाहताच दार धाडकन बंद करून तो ''मम्मी–मम्मी'' करीत आत पळाला. मग त्याच्या आईनं येऊन दार उघडलं. ''तुझी मम्मी बाहेर गेलीये.'' त्या बाई म्हणाल्या. ''तासाभरात येईल.''

''मग ती येईपर्यंत मी तुमच्याकडे येऊन बसू का?'' रियानं विचारलं.

''नको गं बाई!'' त्या घाईघाईनं म्हणाल्या. ''तू तुझ्या घरातच थांब.

मम्मीनं तुझ्यासाठी काय खायचंप्यायचं काढून ठेवलं असेल ते घे.'' एवढं बोलून बाईंनी खिळ्याला लावलेली किल्ली घेतली आणि रियाला दरवाजा उघडून दिली. रिया आपल्या घरात शिरताच त्यांनी लगबगीनं स्वत:च्या घराचा दरवाजा लावून घेतला.

काही वेळापूर्वीची गोष्ट. रियाच्या मम्मीनं दुपारचा चहा घेतला, एवढ्यात तिला नार्वेकरांच्या मित्राचा फोन आला, ''वहिनी, आपल्या मखीजानी हॉस्पिटलमध्ये नार्वेकरांना ॲडमिट केलंय.''

''बाई! काय झालं त्याला?'' मम्मीनं दचकून विचारलं.

''घाबरू नका,'' मित्र म्हणाला. ''त्यांचा उजवा पाय फ्रॅक्चर झालाय. त्यांची मोटरबाइक खड्ड्यात अडकून आडवी झाली. नार्वेकर पडले आणि त्यांचा पाय बाइकखाली आला.''

एक भीतीची लहर मम्मीच्या अंगातून गेली. उजवा पाय?–फ्रॅक्चर्ड?...''मी येते लगेच हॉस्पिटलमध्ये!'' त्या म्हणाल्या.

''या. मी आहे इथंच,'' एवढं म्हणून मित्रानं फोन खाली ठेवला.

पंधरा मिनिटांत मम्मी हॉस्पिटलमध्ये पोचल्या. सगळे सोपस्कार आटपून आत्ता कुठं नार्वेकर स्वस्थ पडले होते. पेनकिलर दिल्यामुळे कळाही कमी झाल्या होत्या. मम्मीला पाहून त्यांना अधिकच बरं वाटलं.

''कळलं ना तुला सगळं?... फ्रॅक्चर आहे– पण लवकर बरं होईल, असं म्हणताहेत डॉक्टर!''

''मी सांगितलं होतं तुला, त्या काळ्या मांजराला लाथ मारू नकोस म्हणून!''

''अगं संबंध काय मांजराला लाथ मारण्याशी पाय फ्रॅक्चर होण्याचा?'' नार्वेकर थोडं चिडून म्हणाले. ''मुंबईच्या रस्त्यात इतके खड्डे झालेयत– रोज शेकडो बाइक्स खड्ड्यात जाताहेत– माणसं खड्ड्यात पडताहेत– अपघात होताहेत.. उगाच कशाचा संबंध कशाशी जोडण्यात काय अर्थ आहे?''

मम्मी यावर काहीच बोलली नाही. जो काय संबंध होता, तो तिचा तिला आतून जाणवत होता. त्यामुळे तिच्या मनात भलतीच भीती तयार झाली होती. नार्वेकरांना झालेल्या या अपघातामुळे ती कितीतरी पटींनी वाढली होती; पण ती कुणाला बोलून दाखवणार?... खरं तर जे घडतंय, त्यावर काहीतरी उपाय काढायला हवाय; पण कोण? – कोण सांगणारंय तो उपाय?

मम्मीची वाट पाहून रिया कंटाळली. खाली खेळायला जावंसं वाटत होतं; पण शाळेतला प्रकार आठवत होता. चेटकीशी कोण येणार खेळायला? काली बिल्लीसुद्धा तिच्या मांडीवरून खाली उतरून पळत पळत बाहेर निघाली. रिया तिच्यामागे गेली; पण काली बिल्लीनं आपला वेग अधिकच वाढवला

आणि ती वरच्या मजल्यावर जाणाऱ्या जिन्याकडे निघाली. तिचा पाठलाग करायला रियालाही गंमत वाटू लागली. काली बिल्ली पटपट जिना चढून चौथ्या मजल्यापर्यंत पोहोचली... अर्थातच तिच्या मागून रियाही. चौथा मजला शेवटचा. त्यावर गच्ची होती. चांगली ऐसपैस. मुलं जमायची, या गच्चीत खेळायची. अर्थात आता तिथं कुणीच नव्हतं. अंधार पडायला लागला होता आणि मुलं घरोघर परतली होती. गच्चीतला दिवा लावून केअरटेकरसुद्धा घरी निघून गेला होता.

मुलं आपल्याशी खेळत नाहीत... त्या निर्मनुष्य गच्चीवर भणाणणाऱ्या वाऱ्याबरोबर रियाच्या मनात विचार येत राहिले... शिवाय तिच्या सोबतीला तिचं काळं मांजर असतंच की!

काळ्या मांजराबरोबर रिया गच्चीभर हुंदडली. धावतापळताना तिला आणखी एक ओळखीची गोष्ट दिसली – गच्ची साफ करण्याचा खराटा. गच्चीच्या एका टोकाला, भिंतीला टेकून, गच्ची साफ करणाऱ्यानं तो ठेवला होता. लांबलचक काठी... तिला बांधलेला झाडू ब्रूमस्टिक! चेटकीचं वाहन... खराटा!

या खराट्यावर बसून आपण लांबच लांब उडत जाऊ शकतो! अर्थातच तेवढी शक्ती आहे आपल्यात! आपण चेटकी आहोत!

रियानं खराटा कठड्याशी लावला. काठी वर – झाडू खाली! काळ्या मांजराला छातीशी धरून ती त्या खराट्यावर चढली. खाली, चौकात फक्त दिवे जळत होते. वर आकाशात मात्र एकामागून एक चांदण्या चमकायला सुरुवात झाली होती. आता मजा ... खराट्यावर – ब्रूमस्टिकवर स्वार होऊन चेटकी निघाली वाऱ्यावरून ... चांदण्यांना भेटायला...

रियानं खराट्यावरून – छातीशी धरलेल्या काली बिल्लीसह त्या चौथ्या मजल्यावरच्या गच्चीमधून थेट अवकाशात झेप घेतली... धपकन काहीतरी पडल्याचा आवाज ऐकून कॉलनीचा वॉचमन त्या अंधूकशा उजेडात पुढे झाला, तेव्हा त्याला रक्ताच्या थारोळ्यात पडलेली रिया दिसली; मात्र तिच्या पायांशी गच्ची सफाईचा खराटा का पडला आहे, ते त्याच्या लक्षात येईना.

बर्वे मॅडम एकट्याच राहायच्या. संगणक हाच त्यांचा सोबती होता. सवड मिळाली रे मिळाली की त्या संगणकाशी बसलेल्या असायच्या.

मध्यरात्रीची वेळ होती. आत्ताही त्या संगणकाजवळ बसल्या होत्या. त्यांना हवं होतं ते संकेतस्थळ त्यांनी शोधून काढलं. त्याला स्वत:ची ओळख पटवून दिली.

संगणकानं चौकशी केली – काय पाहिजे आहे?

बर्वे मॅडमनी टाइप केलं – मागील वेळच्या सूचनेप्रमाणे, बरोबर या कोर्सच्या

पद्धतीनंच मी दोन लहान (पौगंडावस्था येण्याआधीच्या) मुलांचे बळी घेतले आहेत. परिपूर्ण चेटकी होण्यासाठी. यापुढे मी काय करावं, त्याच्या सूचना द्याव्यात.

– 'स्टोरीटेल' ऑडिओ ॲप

अ-
सं
वा
द

सुयश बिर्जे बसमधून उतरला, तेव्हा मध्यंतरी थांबलेल्या पावसाला परत सुरुवात झाली. म्हणजे पाऊस तसा फार जोराचा नव्हता; होती रिपरिपच; पण आपण बसमध्ये असताना चांगला थांबलेला पाऊस जसा काही दबा धरून बसला असावा आणि त्यानं नेमकं उतरताना आपल्याला गाठावं, याचा सुयशला वैताग आला. एरवी बाइकवरूनच प्रवास करणाऱ्या सुयशकडे छत्री असण्याचा प्रश्नच नव्हता. तेव्हा ऑफिसपर्यंतचं अंतर थोडंफार भिजत जाण्यावाचून इलाज नव्हता. तसं, दोन्ही बाजूंनी इमारतींनी गच्च भरलेल्या रस्त्याच्या कडेकडेनं, पाऊस चुकवत जाणं अशक्य नव्हतं; पण गळणाऱ्या पागोळ्यांनी भिजायला होणारच होतं, मग मध्य रस्त्यातून आरामात गेलेलं

काय वाईट? अडचण एकच, मध्य रस्त्यातून चालणाऱ्या हुशार लोकांपैकी बऱ्याच जणांनी छत्र्या उघडल्या होत्या. त्यांमधून वाट काढणं जरुरीचं होतं!

तसं फार लांब जावं लागणार नव्हतं. या गर्दीच्या टोकालाच, एका जुन्या बिल्डिंगमध्ये सुयशचं ऑफिस होतं. जुनी बिल्डिंग, त्यामुळे दोन मजल्यांवरचे दोन प्रशस्त हॉल, काही मध्यम आकाराच्या खोल्या आणि चांगले लांब-रुंद व्हरांडे 'अॅडमिन' ऑफिसच्या वाट्याला आले होते. मध्यम वयाचा मालक पटेल आणि पंधरा–वीस तरुण मुलांचा स्टाफ, एवढ्यावर 'अॅडमिन'ची दिवसेंदिवस भरभराट होत होती; कारण सध्या जाहिरात कंपन्यांना एकूणच चांगले दिवस होते. त्यातून ज्यांच्याकडे सुयशसारखे प्रतिभावंत व्हिज्युअलायजर्स होते, त्यांच्याकडे तर कामाला वाणच नव्हती.

बाइक आणायला हवी होती का, सुयशच्या मनात आलं; पण अलीकडे वाहनांच्या वाढत्या गर्दीत बाइक चालवत येण्यामध्ये काही मजा राहिली नव्हती. त्यापेक्षा मरीन लाइन्सला बसनं उतरून भुलेश्वरपर्यंत माणसांच्या गर्दीतून जाणं परवडलं. त्यातून आज तर ऑफिसलाच येणं त्याच्या जिवावर आलं होतं. विलक्षण कंटाळ्याच्या भावनेनं त्याचं मन गच्च दाटून गेलं होतं. काहीच करू नये, कुठेच जाऊ नये, कुणाशीच बोलू नये, असं वाटत होतं. त्याला कारणही स्वाभाविक होतं. बरोबर सहा दिवसांपूर्वी, म्हणजे गेल्या मंगळवारी त्याची पत्नी नेहा अचानक वारली होती.

आता लोकांचे धक्के आणि छत्र्यांची टोकं चुकवत सुयश ऑफिस बिल्डिंगच्या बराच जवळ पोचला होता. ऑफिसपासून एकच इमारत अलीकडे 'युनानी दवा'चं एक दुकान होतं. त्या दुकानाच्या तीन पायऱ्यांपैकी सर्वांत वरच्या पायरीवर उभी असलेली एक तरुणी सुयशच्या नजरेला पडली.

तशी ती फारशी डोळ्यांत भरण्याजोगी नव्हती. किंबहुना, तिला पाहता क्षणी तिचं रूप त्याच्या लक्षातच आलं नाही. केसांचं सैलसं काहीतरी बांधलं आहे, एवढं मात्र जाणवलं. निळसर किंवा करड्या, अशा कुठल्याशा फिकट रंगाची साडी ती नेसली होती. तिची नजर सुयशवर रोखलेली होती. आणि हातानं ती त्याला बोलावल्यासारखं करत होती. ओठ हलताहेतसं वाटत होतं.

ती काय म्हणतेय हे ऐकावं म्हणून तो तिच्या रोखानं पुढे झाला.

"मला, तुम्हाला काहीतरी सांगायचंय." ती म्हणाली.

ती काय सांगतेय, हे ऐकण्यासाठी तो दोन पावलं पुढे झाला, इतक्यात काळ्या छत्र्यावाले दोघं जण सुयशच्या समोर आले. त्यांना हातानं बाजूला करून तो पुढे झाला.

पण आता 'युनानी दवा'च्या पायऱ्यांवर कुणीच नव्हतं.

तो बावचळल्यासारखा इकडे-तिकडे पाहत राहिला. एक तरुण हातात रंगीत छत्री घेऊन, पायऱ्यांच्या अगदी जवळून, त्याच्यासमोरून चालत गेला.

सुयश क्षणभर जागच्या जागीच उभा राहिला. त्यानं पुन:पुन्हा त्या पायऱ्यांकडे पाहिलं. नंतर दुकानातही डोकावून पाहिलं. आजूबाजूच्या दुकानांकडे नजर टाकली; पण ती कुठेच नव्हती. मग तो फुटपाथवरच इकडे-तिकडे पाच–दहा पावलं फिरून आला. समोरच्या रस्त्यावरही त्यानं लांबवर नजर टाकली; पण ती दिसली नाही आणि एवढ्या गर्दीत उघड्या छत्र्यांमधून ती दिसणार तरी कशी होती?

पण, अशी अचानक ती जाणार तरी कुठे? तीही बोलता बोलता? काहीतरी सांगायचं असताना?

काही वेळ तो जागच्या जागीच विचार करत उभा राहिला. जाणाऱ्या–येणाऱ्या एकदोघांचे धक्के त्याला लागले. दुसरे एकदोघं मध्येच उभे राहून, माणसांच्या प्रवाहाला अडथळा करणाऱ्या या माणसाकडे 'काय चक्रम आहे' असं पाहून, काहीतरी बडबडत निघून गेले.

शेवटी सुयशनं स्वत:च्या मनाचं समाधान करून घेतलं. ती कुणा दुसऱ्याशीच बोलत असावी. 'काहीतरी सांगायचंय' म्हणाली, ते दुसऱ्या कुणाला तरी उद्देशून असावं आणि त्या 'दुसऱ्या कुणा'बरोबरच ती निघून गेली असावी, अशी त्यानं स्वत:च्या मनाची समजूत घातली आणि तो पलीकडच्या, 'ॲडमिन' ऑफिसच्या बिल्डिंगमध्ये शिरला; मात्र दोन अरुंद जिने चढून ऑफिसमध्ये पाऊल ठेवेपर्यंत तो त्या फिकट रंगाची साडी नेसलेल्या, सैल केसांच्या तरुणीचाच विचार करत राहिला.

ऑफिसात पाऊल ठेवताच पहिली गोष्ट त्याच्या लक्षात आली, ती म्हणजे सर्वत्र सुरू असलेले ट्यूबलाइट्स. बाहेर मळभ आलं आहे, हे त्या ट्यूबलाइट्समुळे अधिकच जाणवत होतं.

आपल्या क्युबिकलमध्ये तो जाऊन बसणार, एवढ्यात तीन सहकाऱ्यांनी त्याला घेरलं आणि रिसेप्शन एरियातच त्याला सोफ्यावर बसवून ते त्याच्याजवळ उभे राहिले. रिसेप्शनिस्टही त्याला पाहताच उभी राहिली आणि 'व्हेरी सॅड मिस्टर बिर्जे' असं म्हणून खाली बसली. एवढ्यात कुणी कुणी 'बिर्जे आला' अशी वर्दी खालच्या आवाजात दिली. त्यामुळे आणखी तीन-चार जण घाईघाईनं हजर झाले. यातले तिघे जण सुयशला घरी भेटून गेले होते; पण बायको गेल्यानंतर आज ऑफिसातला त्याचा पहिलाच दिवस असल्यामुळे त्याची वास्तपुस्त घेणं सर्वांनाच गरजेचं वाटत होतं.

शेवटी सुयश कामावर आल्याची बातमी मालक-कम-मॅनेजर पटेलांच्या केबिनपर्यंत पोचली. ते स्वत: बाहेर येऊन सुयशशेजारी बसले. त्यांनी चहा

मागवला. मग एकदोघं सोडून उरलेले सगळे, एकेक करून पांगले ...

सुयशच्या खांद्यावर हात ठेवून पटेलशेठ म्हणाले, "अरे, तुजा वाइफ गेला आणि तू एक हप्ताच्या अंदर रिझ्युम झाला? तुला पायजे तर तू लीव्ह एक्स्टेन्ड करू सकते."

"नको सर." सुयश म्हणाला. "मला माहितेय आपल्याकडे कामाचं किती प्रेशर आहे ते. आणि घरी बसून काय करायचंय? आई आणि भाऊ आले होते पिंपरीहून .. ते पण काल परत गेले... आफ्टर ऑल, ज्याला त्याला कामं आहेतच."

मग पटेलशेठनं त्याला सगळी हकिकत विचारून घेतली. मंगळवारी दुपारी तो ऑफिसातून अचानक निघून गेला, त्यानंतरचा वृत्तान्त त्यांना उडत उडत कळला होता; पण तपशील नीट माहीत नव्हते.

"तुम्हाला ठाऊकंय सर ..." सुयश सांगू लागला, "नेहा 'एलआयसी'त कामाला होती... सोमवारपर्यंत काही प्रॉब्लेम नव्हता. तशी हेल्थ चांगली होती. लग्न होऊन चार वर्षं झाली, मूल नाही, म्हणून थोडी वरीड होती. काहीतरी औषधं वगैरे घ्यायची. बट नथिंग सीरियस. मंगळवारी सकाळी जरा थकल्यासारखं वाटतंय म्हणाली. ऑफिसला कळवून टाकलं आणि पडून राहिली. मी ऑफिसला निघून आलो. दुपारी तीनच्या सुमाराला अधिकच बरं वाटेना, म्हणून नेहानं शेजारी सप्रे म्हणून राहतात त्यांना मिस्ड कॉल दिला. त्या धावत आल्या. डॉक्टरांना फोन करून त्यांनी नेहाला हॉस्पिटलमध्ये पोचवलं आणि मला फोन केला ... मी इथून धावतपळत गेलो, तर 'आयसीयू'च्या बाहेर..."

पटेलशेठनं सुयशच्या खांद्यावर थोपटलं. म्हणाले, "लय वाईट जाला. व्हेरी सॅड... आज ज्यादा काम नको करू. तुजा मूड खराब हाय. जल्दी घरी जा.. थोडा आराम कर!"

पटेलशेठना 'थँक्स' म्हणून सुयश उठला आणि आपल्या क्युबिकलकडे गेला. समोर एक फाइल पडली होती. ती त्यानं यांत्रिकपणे चाळली. एका पानाला टॅग लावून ठेवला होता. कसलीतरी गोरेपणासाठी लावण्याच्या क्रीमची कॅम्पेन करायची होती... रूटीन स्टफ... डझनावारी कंपन्या ... शेकड्यांनी जाहिराती... त्यात आता वेगळं ते काय करणार?

काहीच सुचत नसलं, तर सुयश ड्रॉवरमधून एक जुना कमर्शिअल आर्टिस्ट गिल्डच्या प्रदर्शनाचा कॅटलॉग काढून पाहत बसायचा... आताही त्यानं तसंच केलं; पण पानं उलटता उलटता एकाएकी मनात विचार आला. ती ... दुकानाच्या तीन पायऱ्यांपैकी सर्वांत वरच्या पायरीवर उभी असलेली तरुणी–क्षणार्धात त्या पायऱ्या उतरून गेली कुठे असेल?

मनातले सगळे विचार झटकून टाकून सुयशनं हातातल्या कामावर लक्ष

केंद्रित करायचा प्रयत्न केला. नेटवर अनेक ब्यूटि प्रॉडक्ट्सच्या जाहिराती पाहिल्या; पण काही सुचेना. अर्थात, घाबरायचं कारण नव्हतं. कल्पना काही पहिल्या फटक्याला सुचत नसतात. त्यातून अशा घिश्यापिट्या विषयांवर तर नवं काही सुचायचं, तर ते अपघातानंच सुचतं. तेव्हा ती काळजी नव्हती; पण मध्येच काहीतरी चमत्कारिक डोक्यात यायचं ... काय सांगायचं असेल त्या मुलीला?

सुरुवातीला त्यानं आलेले फोन घेतले. त्यातले बहुतेक अर्थातच कन्डोलन्सचे होते. ज्यांनी केला, त्यांचीही पंचाईत होती. बोलायचं तरी काय? लग्नानंतर चारच वर्षांत असं व्हावं... अकल्पित ... शॉकिंग ... सो सडन .. व्हेरी सॅड... नेहा वॉज अ जॉली गर्ल... तुम्ही एकदा आमच्याकडे आला होता... फार दुःख करू नका... स्वत:ची काळजी घ्या. कर्तव्य म्हणून केलेले म्हणा – आपुलकीनं म्हणा ... असे फोन चटकन तोडूनही टाकता येत नाहीत. जवळच्यांचे आधीच येऊन गेलेले होते. आता, नंतर–कुणाकडून तरी कळलेल्यांचे – ज्यांच्याकडे फक्त ऑफिसचा नंबर होता अशा क्लाएंट्सचे. काही फोन त्यानं घेतले. मग मोबाइल स्विच ऑफच करून टाकला. ऑफिस नंबरवर आले, तेवढेच घेऊ लागला.

पटेलशेठनं परवानगी दिली असतानाही सुयशनं ऑफिस फार लवकर सोडलं नाही. आयपॅडवर तो काहीतरी गिरवत बसला. काहीतरी वाचत राहिला. ब्रिटिश कौन्सिल लायब्ररीत जाऊन, त्यानं तिथे थोडा वेळ काढला. लवकर घरी जाऊन करायचंय काय? वाट बघणारं तर कुणीच नव्हतं, उलट भेटायला येणाऱ्यांचा ताप ... 'इरॉस'वरून जाताना एकदा मनात आलं, की सिनेमाला बसावं, तेवढाच वेळ जाईल. मग बोर्ड पाहिला तेव्हा आठवलं, की नेहाला हा सिनेमा पाहायचा होता. अजून हा सिनेमा सुरू आहे आणि ती मात्र ... याला काय अर्थ? काहीतरी सुरूच असतं आणि त्याच्याबरोबरचं दुसरं काहीतरी मात्र एकदम पुसून टाकलं जातं... कायमचं?

बाहेरच काहीतरी खाऊन, त्याबरोबर एक पद्धत म्हणून प्यावी तशी एक बीअर पिऊन तो घरी परतला. किल्ली लावून दार उघडताच त्यानं मनाला खडसावून ठेवलं, की घर आता रिकामं आहे. यासाठी टिपिकल शोक करायचा नाही. नेहाचं खळखळून हसणं ऐकू आलं नाही म्हणून कावरंबावरं व्हायचं नाही ...तिची ही सवय ... तिची ती सवय ... ती इथे बसायची, तिथे टेकून उभी राहायची, असल्या गोष्टी डोक्यातून काढून टाकायच्या ... आणि आता तिच्याशिवायचं नवं आयुष्य कसं जगता येईल, याच्याच योजना करायच्या ... माणसं अचानक जातात ... तरुण वयात जातात... हार्ट अॅटॅक कुणालाही, कधीही येऊ शकतो, हे सत्य पक्कं लक्षात ठेवूनच यापुढे जगायचं!

विचार करता करता सुयश फ्लॅटच्या छोट्या बाल्कनीत येऊन पोचला होता.

ही त्याची, म्हटलं तर विसाव्याची जागा होती. विशेषत: रात्रीच्या वेळी. हा रस्ता बराचसा शांत होता. वर्दळ फारशी नसायची. वाऱ्याच्या मंद झुळुकीबरोबर वरळीच्या समुद्राची कळेल न कळेल अशी पुसट गाज यायची. नेहा आणि सुयश, दोघं कितीतरी वेळा या बाल्कनीत, काही न बोलता नुसतेच गप्प उभे राहत. आज मात्र हा एकटाच...

आणि अचानक त्याला ती तरुणी दिसली. सैलसर बांधलेले केस आणि फिकट साडी. त्या साडीच्या रंगाची छटा रस्त्यावरच्या पिवळसर दिव्यांमध्ये समजणं कठीण होतं; पण ती तरुणी नक्की तीच होती! फार वेगानं नाही, फार सावकाश नाही, अशी ती चालत होती. एवढ्या रात्री... कुठे निघाली असेल ही?

सुयशनं विचार करण्यात वेळ फुकट घालवला नाही. टेबलवरची लॅच की खिशात टाकली, पायात चपला सरकवल्या आणि तो धावतच तीन मजले उतरून रस्त्यावर आला. अजूनही ती काही अंतरावर चालताना दिसतच होती. तो तिला गाठण्यासाठी जवळजवळ पळतच निघाला; पण तशी काही गरज नव्हती. थोड्या अंतरावर, एका दिव्याच्या खांबाशी ती स्वत:हूनच, जशी काही त्याची चाहूल लागल्याप्रमाणे थांबली. दिव्याच्या प्रकाशात आता तिचा चेहरा थोडासा उजळला होता खरा, तरीही तिचं नेमकं रूप त्याच्या लक्षात आलंच नाही.

धापा टाकत तो तिच्याजवळ पोचला. तिनं त्याला थांबवल्याप्रमाणे हात उचलला आणि ती म्हणाली, ''तुम्हाला काही सांगायचंय मला.''

तो 'काय?' असं विचारणार एवढ्यात त्यांच्या अगदी शेजारून एक ॲम्ब्युलन्स कानठळ्या बसवणारा हॉर्न वाजवत गेली. इतक्या विरळ रहदारीत एवढ्या जोरात न थांबता, हॉर्न वाजवण्याची काय गरज होती कोण जाणे! सुयश दचकून वळला आणि त्यानं कानांत बोटं घातली.

ॲम्ब्युलन्स पुढे गेली, तरी तिचा न थांबणारा हॉर्न ऐकू येतच राहिला; मात्र सुयश वळला आणि विचारू लागला...

पण, विचारणार कुणाला? आता तिथे कुणीच नव्हतं. ती तरुणी ... खरंच ती इथे उभी होती, की ... सुयशनं डोळे चोळले.

आजूबाजूला त्या दिव्याच्या खांबाशिवाय दुसरं काहीही नव्हतं. काही वेळ तो तिथेच थांबला. ती कदाचित परत येईल, या अपेक्षेनं. मग फुटपाथवरून दोन्ही दिशांनी फिरून आला. इमारतींमधल्या गल्ल्यांमध्येही त्यानं दूरवर नजर टाकली. पण नाही. ती तरुणी कुठेच नव्हती...

सावकाश चालत, नजरेनं दोन्हीं बाजूंचे फुटपाथ धुंडाळत तो घरी परत आला. चावी लावून त्याने दरवाजा उघडला, चपला काढल्या आणि सोफ्यावरच अंग टाकलं.

ऑफिसातला दुसरा दिवस थोडा 'नॉर्मल' गेला. पटेलशेठनं केबिनमध्ये बोलावून नेहाच्या ऑफिसमधल्या, बँक अकाउंटसंबंधीच्या इत्यादी व्यवहारी कामांची चौकशी केली. काही मदत लागली, तर सांग म्हणाले. सहकाऱ्यांपैकी फार कुणी काही बोललं नाही; पण त्यांच्या वागण्यातून त्यांची सहानुभूती दिसत होती. फोन्सचं प्रमाण आज बरंच कमी झालं होतं. तात्पर्य, परिस्थिती हळूहळू रुळावर येत होती. टेबलावर कामही पूर्वीप्रमाणे येऊ लागलं; मात्र सुयशला त्या कामाला हात लावावासा वाटत नव्हता. एक मोठा 'मेन्टल ब्लॉक' तयार झाला होता. प्रचंड कंटाळा ... काहीही करू नये, असं वाटायला लावणारा...

त्याच्या जोडीला त्या मंगळवारच्या आठवणी... सप्रेबाईंचा फोन, 'लगेच निघून या पाणंदीकर हॉस्पिटलमध्ये, नेहाला अॅडमिट केलंय!' ... तत्काळ टॅक्सी पकडून त्यानं पाणंदीकर हॉस्पिटल गाठलं होतं. काउंटरवर नाव सांगितलं. तिथल्या माणसाचा चेहरा बदलला. त्यानं 'आयसीयू'कडे घेऊन जाण्यासाठी एका पांढऱ्या कपड्यातल्या शिपायाची सोबत दिली; मात्र प्रत्यक्षात 'आयसीयू'मध्ये जावंच लागलं नाही. त्याच्या बाजूच्या एका लहानशा खोलीत ... एका कॉटवर ... पांढऱ्या चादरीनं झाकलेला देह... डोक्यापर्यंत! सीनिअर डॉक्टर बहुधा निघून गेले असावेत. एक पोरगेलेसे डॉक्टर आणि एक मध्यमवयीन.

"सॉरी... वुई ट्राइड अवर बेस्ट.. बट द अटॅक वॉज व्हेरी सिव्हिअर!" सिस्टर सांत्वनपर आवाजात.

काय चाललंय हे सगळं? कुणाविषयी बोलताहेत हे? नेहाविषयी? पण हे कसं शक्य आहे? नेहा तर आहे... आज सकाळपर्यंत... कसलीतरी भयंकर जाणीव होऊन आपण तिथल्या एका खुर्चीवर बसकण मारली...

मग पुढचं ते सगळं ... सप्रेबाईंनीच कुणाकुणाला फोन केले. काही माणसं जमली ... संध्याकाळपर्यंत एकेक विधी पार पडला... मग माणसं हळूहळू पांगली... एकदोन मित्र थांबले. त्यातला एकजण जाताना कुजबुजला, "दोन दिवसांनी बिल तयार झालं, की हॉस्पिटलमधून फोन येईल... बाकी सगळ्यांचे पैसे दिलेयत, काळजी करू नकोस..."

मग सगळे गेले. अंधार झाला. कुणीतरी घरी पोचवलं. सप्रेबाईंनी कॉफी करून दिली. थोडा वेळ सोबत करावी, तशा बसून राहिल्या. मग त्याही गेल्या. सगळं शून्य झालं.

सगळ्या प्रसंगांत .. याहून अधिक धीरानं वागता आलं असतं. बट द होल थिंग वॉज सो सडन... अकस्मात काहीतरी डोक्यावर कोसळावं तसं ... तेव्हापासून एका गुंगीतच आहोत आपण. कधी कधी असंही वाटतं, की हे खोटंच नसेल ना? पण नाही – नो सच होप...

पुन:पुन्हा हे असलंच काहीतरी मनात घोळवत सुयशनं ऑफिसचा दिवस पार पाडला ... रेंगाळत रेंगाळत त्यानं ऑफिस सोडलं आणि तो बसस्टॉपपाशी येऊन पोचला.

आणि अचानक ती बसस्टॉपवर उभी दिसली. तीच–फिकट रंगाची साडी नेसलेली तरुणी...

रांगेपासून थोडी लांबच उभी होती ती. कुणाचीतरी वाट पाहत असल्यासारखी. कुणाची कशाला? त्याचीच! कारण त्याला पाहिल्यावर ती रांग सोडूनच देऊन त्याच्याजवळ आली आणि म्हणाली, ''मला काही सांगायचंय तुम्हाला.''

''चला,'' सुयश म्हणाला, ''समोरच्या 'कॉफी डे'मध्ये जाऊ. तिथे कॉफी घेता घेता सगळं सांगा मला.''

काहीच न बोलता ती त्याच्याबरोबर निघाली. दोघंही 'कॉफी डे' मध्ये शिरली. नुकतीच ऑफिसेस सुटली असल्यामुळे हॉटेल माणसांनी गजबजून गेलं होतं. बोलण्यासारखा एकांत तर सोडाच; पण कॉफी प्यायला बसण्यापुरती जागा मिळाली तरी पुष्कळ झालं, असा विचार करत करत तो नजरेनं एकेका टेबलाचा अंदाज घेऊ लागला. एवढ्यात कोपऱ्यातल्या एका, दोन खुर्च्यांच्या टेबलवरचे दोन डेनिमधारी तरुण उठले. त्यासरशी सुयशनं मुसंडी मारली आणि दुसरं कुणी ही जागा पटकावण्याच्या आत तो टेबलाशी पोचला. एका खुर्चीवर बसला. दुसरी रिकामी खुर्ची हातानं धरत त्यानं त्या तरुणीला बोलावण्यासाठी दाराकडे पाहिलं.

पण, ती दारात नव्हती. हॉटेलमध्येच नव्हती.

मिळालेलं दोन माणसांचं टेबल गमावणं सुयशच्या जिवावर आलं होतं, तरीही तो खुर्चीवरून उठला. एवढ्यात वेटर पुढे झाला आणि ऑर्डर विचारू लागला. त्याच्याकडे दुर्लक्ष करून सुयश दारापर्यंत पोचला; पण ती दारात नव्हती. त्यानं काउंटरवरच्या माणसाला विचारलं; पण त्यानं ओठ मुडपून हात उडवले, 'माहीत नाही' अशा अर्थी. मग सुयश हॉटेलबाहेर आला. त्यानं बाहेर पाहिलं. दोन्ही बाजूंच्या रस्त्यावर पाहिलं; पण ती कुठेच नव्हती. अखेरीस तो बसस्टॉपवर परतला. ती कुठे जवळपास गेली असेल, तर स्टॉपवर परतेल, या आशेनं त्यानं रांगेतल्या लोकांच्या नजरांकडे दुर्लक्ष करत दोन बसेस सोडल्या. मग मात्र तो निमूटपणे रांगेत जाऊन उभा राहिला. पुष्कळ वेळानं तिसरी बस आली. तिच्यात मात्र तो मनाविरुद्ध चढला. आता अंधारू लागलं होतं.

घराजवळच्या वाइन शॉपमधून सुयशनं बीअरच्या दोन बाटल्या घेतल्या. त्या दुकानाच्या बाहेरच्या बाजूच्या एका भागात बसणाऱ्या माणसाकडून ब्रेड, एक जॅमची बाटली आणि चीजचा डबा घेऊन सुयश घरी आला. सोफ्यावर पडून तो टीव्ही म्यूट करून नुसती चित्रं पाहत राहिला. केवळ तेच तेच विचार मनात येत

राहू नयेत म्हणून! तरीही विचार त्याला सोडायला तयार नव्हते. काय होतंय हे? कसला चकवा लागलाय हा आपल्याला? का तेवढं ते एकच वाक्य आणि पुढे ती शांतता...? कोण खेळतंय हा पोरखेळ आपल्याशी? खेळ म्हणावा, तर त्या वाक्यात ना कुचेष्टा, ना उपहास! असलीच तर थोडी तातडी, किंचित आवेग...

शेजारीच टाकलेला मोबाइल वाजू लागला. त्यानं तो उचलला. विचारातून बाहेर पडण्यासाठी कुणीही चालेल, अगदी सांत्वनाचा फोनसुद्धा...

"हॅलोऽ" सुयश म्हणाला.

"मला... तुम्हाला काही सांगायचंय." पलीकडून स्त्रीचा आवाज आला.

सुयश चमकला. आता ... हा ससेमिरा फोनवरूनसुद्धा... पण चांगलंच आहे. आता हा नंबर सेव्ह करून आपण केव्हाही सविस्तर खुलासा करू शकतो. एका नव्या विश्वासानं त्यानं म्हटलं, "हं – बोला ..."

"मी सिस्टर परेरा." फोनवरची स्त्री म्हणाली, "पाणंदीकर हॉस्पिटलमध्ये भेटलो आपण." सुयशचा श्वास पूर्ववत झाला.

"तुमचं बिल रेडी आहे. कधी येऊ शकाल पेमेन्ट करायला? उद्या संध्याकाळी?"

"शुअर. ऑफिसातून परत जाताना येईन. विल सेव्हन ओ क्लॉक बी ओके?"

"चालेल. बिल खालीच – ऑफिसमध्ये देऊन ठेवलंय. तिथेच करा पेमेन्ट, पण सिस्टर परेरा म्हणून विचारा. मी येईन. मला भेटल्याशिवाय जाऊ नका. मला काहीतरी सांगायचंय तुम्हाला."

"आत्ता नाही का सांगता येणार?"

"नाही. जरा डिटेलमध्ये सांगायचंय. आता मी थोडी घाईत आहे. पेशंटही आहेत..." आणि फोन बंदच झाला.

सिस्टर परेरांना काय सांगायचं असेल? आता हा विचार डोक्यात घेऊन आपण आजची रात्र आणि उद्याचा दिवस कसा काय काढायचा? सुयशला काही सुचेनासं झालं. त्यानं टीव्हीचा म्यूट काढून टाकला. शब्दांच्या माऱ्यात स्वत:चे विचार बुडवण्याचा प्रयत्न तो करत राहिला.

दुसऱ्या दिवशी सातच्या थोडं आधीच तो पाणंदीकर हॉस्पिटलमध्ये जाऊन पोचला. पेमेन्ट करून होतंय एवढ्यात समोरच्या जिन्यावरून नर्स परेरा शांतपणे उतरताना दिसली.

"होप यू आर रिकव्हरिंग वेल," खुणेनंच त्याला रिसेप्शनसमोरच्या वेताच्या बाकावर बसायला सांगत ती म्हणाली. त्याच्या शेजारीच बसत ती पुढे म्हणाली, "एव्हरीथिंग वॉज सो सडन! टेरिबल!"

"पण तुम्ही सांगणार काय होता?" सुयशनं अधीरपणे विचारलं.

"मिसेस सप्रे तुमच्या वाइफला घेऊन आल्या, तेव्हा शी वॉज क्वाइट

अनकॉन्शस. आम्ही रिकव्हरीसाठी लगेच ट्रीटमेन्ट सुरू केली. शी वॉज इन टेरिबल पेन. लकिली, आमचे दोन सीनिअर डॉक्टर्स इथेच होते. स्वत: डॉक्टर पाणंदीकर वॉज वन ऑफ देम! ...पण, काय सांगणार, बॅड लक! फक्त जायच्या आधी पाच-सात सेकंद त्या शुद्धीवर आल्या! यू नो, सच पेशंट्स ऑफन डू! त्यांचे ओठ हलले .. राइट हँड असा वर उचलला माझ्या दिशेनं, अॅज इफ शी वॉज अबाउट टु टेल मी समथिंग! कायतरी सांगायचा प्रयत्न चालला होता त्यांचा! मी वाकून त्यांच्या ओठाला कान लावला; पण त्या काय बोलत होत्या, हे कळलं नाही! नेक्स्ट मोमेन्ट शी वॉज नो मोर!'' नर्स परेरा थोडा वेळ थांबून त्याच्याकडे पाहत म्हणाली, ''मला वाटलं, हे तुम्हाला सांगायला हवं. धिस कुड बी इम्पॉर्टन्ट!''

नेहाला मरणापूर्वी काहीतरी सांगायचं होतं. काय असेल ते...? साधंच काहीतरी... की फार महत्त्वाचं?

एक गोष्ट नक्की होती. तिला जे काय सांगायचं होतं, ते सुयशसाठी होतं. तो जवळ नव्हता, म्हणून ती जाता जाता कुणालातरी ते सांगून ठेवण्याचा प्रयत्न करत होती!

आणि अचानक सुयशला आठवलं. त्याच दिवशी सकाळची गोष्ट. तो ऑफिसला निघाला होता. बरं वाटत नाही, म्हणून ती बेडरूममध्ये लवंडली होती. बाहेर पडताना तिला 'जातो' म्हणावं म्हणून तो आत डोकावला. दारातूनच त्यानं हात हलवला, एवढ्यात ती म्हणाली, ''सुयश, मला... काहीतरी सांगायचंय तुला!''

''आत्ता नको! मला आधीच उशीर झालाय. संध्याकाळी आरामात बोलू.'' एवढं म्हणून ती काही बोलण्याच्या आतच तो बाहेर सटकला होता.

ते बोलायचं राहूनच गेलं होतं. संवाद झालाच नव्हता.

पण, एवढी महत्त्वाची गोष्ट, नर्स परेरानं आठवण देईपर्यंत तो का विसरला होता? दुपारपासूनच्या सगळ्या घटनांची पुन:पुन्हा उजळणी करताना तो सकाळची – तिची ही शेवटची भेट –तिचे हे शेवटचे शब्द – का मनात येऊ देत नव्हता? ... की ते वर येत असताना तो त्यांना दडपून नाहीसे करू पाहत होता?

पण, ते नाहीसे कुठे होत होते? ते तर त्याच्या आजूबाजूलाच होते. पुन:पुन्हा त्याच्यापर्यंत येऊ पाहत होते. 'मला .. काही सांगायचंय..'

का नाही ऐकून घेतलं ते सांगणं आपण? का गेलो तसेच निघून? का?

त्याला एकदम रडू कोसळलं. कधीपासून ... गेल्या मंगळवारपासून राहून गेलेलं ते रडू आता एकदम चारी वाटांनी वाहू लागलं.

त्या दिवसानंतर ती फिकट साडी नेसलेली, सैलसर केस बांधलेली तरुणी सुयशला कधीही दिसली नाही.

– माहेर/दिवाळी २०१५

लपाछपी

आम्ही तिघंजण आहोत.

मोठा विल्कू, छोटा विल्कू आणि मी. मीदेखील विल्कूच आहे.

आमचं तिघांचंही खरं नाव विलास; पण सगळी आम्हाला विल्कू म्हणतात. आजीनं मला लाडानं ''माझा विल्कू तो'' असं म्हणायला सुरुवात केली. तेव्हा सगळे आता मला विल्कूच म्हणायला लागले.

आणि ते दोघं? – त्यांना कसं काय पडलं हे नाव, असं तुम्ही विचाराल.

विचारलंत तर तुमची 'फ ऽ ऽ' झाली! कारण अहो, आम्ही तिघं वेगवेगळे नाहीच मुळी. एकच आहोत.

आणि तरीही आम्ही तिघंजण आहोत.

मोठा विल्कू, छोटा विल्कू आणि मी – विल्कूच.

तुम्ही म्हणाल, हे कसं शक्य आहे?

तीच तर आमची गंमत आहे –

एक गुपित आहे –

जंमत आहे, जमाडी जंमत –

आम्हा तिघांचा तो एक खेळच आहे म्हणा ना! लपा-छपीचा!

मी भोज्या असतो. छोटा विल्कू आला की मोठा विल्कू लपायला जातो. मोठा लपला की, छोटा शोधून काढतो आणि तो सापडला की स्वतः लपून बसतो.

लोकांना फक्त भोज्याच दिसतो. म्हणजे मीच; आम्ही तिघंजण आहोत हे त्यांना ठाऊकच नाही.

वयानं अर्थात आम्ही सारखेच आहोत; पण मोठा दादागिरी करतो म्हणून मी त्याला 'मोठा' म्हणतो. तर हा मोठा विल्कू म्हणजे एक नंबरचा डांबरट आहे. तो कश्शाकश्शाला घाबरत नाही. भुताला नाही की, काळोखाला नाही; आणि भयंकर हुशार! भराभर भराभर चालतं त्याचं डोकं!

नाहीतर छोटा विल्कू! एक नंबरचा रड्या. एकसारखी त्याला आपली भीती वाटते, नाही तर लाज वाटते. आजी अजून त्याचे अगदी लहान बाळासारखे पापे काय घेते, लाड करते! आणि मुख्य म्हणजे त्यालाही ते आवडतं.

लोकांनादेखील छोटा विल्कू आलेला आवडतो. मग ते मला म्हणतात, "कित्ती गोऽड मुलगा आहे!" आणि गालगुच्चा घेतात. माझे गुलाबी गाल मग अधिकच लालबुंद होऊन जातात. माझे लालचुटुक ओठ आणि सदान्‌कदा पाण्यानं भरल्यासारखे दिसणारे डोळे सगळ्यांना भारीच आवडतात. सगळे मला जवळ घेतात आणि माझ्या डोळ्यांकडे पाहून म्हणतात, "बिच्चारा – आईवेगळा पोरगा!"

हे ऐकलं की छोट्या विल्कूला रडू येतं; पण मोठा विल्कू कधीच रडत नाही.

आजीदेखील मला कितीदा तरी जवळ घेऊन 'आईवेगळा पोरगा' म्हणते.

ती सांगते की माझी आई माझ्या जन्माबरोबरच मरून गेली.

खरंच, मरून जातात म्हणजे काय होतं माणसांचं?

मी एक मोठी म्हैस मरून गेलेली पाह्यलीय. खूप वेळ ती आपली पडूनच होती. हालचाल नाही की काही नाही. आणि कुणी तिला टोचून उठवण्याचा प्रयत्नदेखील केला नाही. मग लोक आले आणि तिला घेऊन गेले.

मला वाटायचं की आई पण अशीच पडून राहिली असेल. बराच वेळ. मग लोक येऊन तिला घेऊन गेले असतील.

कुठं?

एके दिवशी मला कळलं, मेलेल्यांना कुठं नेतात ते. सोनाराचा जना मोठ्ठा चौकस होता. त्यानंच मला सांगितलं. तो म्हणाला, "माणसं मेल्यानंतर त्यांना जाळतात." मी पटकन बोलून गेलो, "छट्, असं कसं शक्य आहे? जाळलं म्हणजे मरणार नाहीत का ती?"

हे आपलं असंच आजीचं ऐकलेलं. ती स्टोव्ह पेटवताना जवळ गेलं की म्हणायची, "लांब हो, भाजून मरशील." आणि मग काकडा घासलेटात बुडवायची आणि त्याला काडी लावायची. काकडा भपकन पेट घ्यायचा.

जना हसला आणि म्हणाला, "वेडाच आहेस! अरे, एकदा मेलेलं माणूस परत कसं मरेल?"

मग त्यानं मला एकदा गुपचूप स्मशानात नेलं आणि तिथं चितेवर ठेवलेल्या माणसांना जाळलेलं दाखवलं.

तरीही त्या मेलेल्या माणसांना जळताना कसं वाटलं असेल ते मला कळलंच नाही.

जना म्हणाला, "मेल्यानंतर काही वाटतबिटत नाही. सगळंच बंद!"

आई अशीच 'बंद' होऊन गेली असेलसं मला वाटायचं. एकदा मी एक मांजराचं पिल्लू पाण्यात पडून मेलेलं पाहिलं. कुठंतरी गटारीत. पाणी थोडंसंच होतं, आणि त्या मेलेल्या पिल्लावरून सावकाश वाहत होतं. पिल्लू एका कडेला अडकून बसलं होतं. त्यामुळं ते पाण्याबरोबर वाहतही नव्हतं; पण पाण्याच्या धक्क्याबरोबर त्याचं चिमुकलं शरीर मागं-पुढं हलायचं. मी ते जनाला दाखवलं. विचारलं – "मेलेलं मांजर हलतं कसं?"

"वेडा!" तो म्हणाला, "ते काय आपणहून हलतंय का? ते झिजूनझिजून जाईल – पण त्याला हलता येणार नाही! अरे, ते मेलंय्. पाण्यात घुसमटून!"

"घुसमटून? म्हणजे?"

"म्हणजे गुदमरलं – श्वास घेता येईनासा झाला. आपण नाही का –एखाद्या बंद पेटीत बसलो तर आपल्याला श्वास घेता येणार नाही. आपण मरून जाऊ!"

मी विचारात पडलो. मरून गेल्यावर आपल्याला काय वाटेल?

आईला काय वाटलं असेल? मरताना? मेल्यावर?

मेल्यावर बहुधा काहीच वाटलं नसेल. पाण्याबरोबर मागं-पुढं होणाऱ्या त्या मांजराच्या पिल्लाला कुठं काय वाटत होतं? मेलेल्यांना काही वाटत नाही. वाटलं तरी सांगता येत नाही. काहीच करता येत नाही.

म्हणजे मेलेल्या लोकांना मुळीच घाबरायला नको. ते आपल्याला काहीच करू शकत नाहीत.

आई मेल्यामुळं माझा एक फायदा झाला. मला आजीकडेच राहायला मिळालं. शहाडला.

त्याची काय मजा झाली की, माझ्या जन्माबरोबर आई वारली ना; म्हणून अण्णांच्या डोक्यानं घेतलं की, मीच आईला मारलं. अण्णा म्हणजे माझे वडील.

एखाद्याला मारायचं म्हणजे काय प्रकार असेल? आणि मी मारलं म्हणे. अगदी जन्मानंतर थोड्याच वेळात! तर एखाद्या तान्ह्या बाळालासुद्धा मारता येतं म्हणायचं! मी – मी आईला मारलंच होतं की! निदान अण्णा असं म्हणायचे.

तर अण्णा माझ्यावर भयंकर संतापले. आईला मारणाऱ्या या मुलाचं मला तोंडदेखील बघायचं नाही, असं म्हणाले आणि मला इथंच आजीकडे टाकून चालते झाले. मुंबईला! हे सगळं मला नंतर आजीनं सांगितलं. सांगताना तिच्या डोळ्यांत चक्क पाणी आलं.

नंतर अण्णांचा माझ्यावरचा राग थोडा कमी झाला. कदाचित ते इथं शहाडला आले असताना सगळा वेळ छोटा विल्कूच आलेला होता, म्हणून असेल; पण ते मला मुंबईला न्यायला तयार झाले. म्हणजे त्याच तयारीनं ते आले होते. पण आजी म्हणाली, "राहू दे अजून माझ्याचकडे. लहान आहे पोर. तिकडं त्याची आबाळ होईल." तशी अण्णा मला न घेताच परत गेले.

त्या वेळी मला उलट मजाच वाटली. शहाड छोटंसं गाव आहे; पण मस्ती करायला खूप छान! शाळेत जायचा मी; पण सक्ती नव्हती. रात्री लवकर झोपून जावं, सकाळी वाटेल तितका वेळ लोळत पडावं, मित्र जमवून खूप गंमत गंमत करावी आणि आजीनं लाडानं दिलेला चांगलाचुंगला खाऊ चिक्कार खावा! आजी कधीच रागावत नसे माझ्यावर. तिला थोडा राग येतोय असा नुसता संशय जरी मला आला, तरी माझे डोळे भरून यायचे. ती लगेच विरघळून मला पोटाशी धरायची आणि वर साखर पेरलेली साय नाहीतर राजगिऱ्याची वडी, नाहीतर असलंच काहीतरी द्यायची.

अण्णा येऊन गेले त्याला दोन वर्षं झाली. अण्णा परत फिरकले नाहीत. मला वाटतं माझी कटकट आयतीच टळली म्हणून ते खुष झाले असतील; पण आता मला शहाडचा कंटाळा आलाय. मला खरं म्हणजे मुंबईला जायचंय अण्णांकडे.

मुंबई म्हणजे खूप गंमत असते म्हणे! आमच्या घरापलीकडचा मोंडकरांचा राघव सांगायचा.

तो मुंबईला दोन महिने राहून आला होता. मुंबईतले मोठमोठे रस्ते, दुकानं, मोटारी, सिनेमा, सगळ्यासगळ्यांचं वर्णन करीत होता. नाहीतर आमचं अंधारं शहाड! संध्याकाळ झाली की नुसतं चिडीचूप व्हायचं! जिकडेतिकडे काळोख पसरायचा – अंधाऱ्या सावल्या आणि त्यात किरकिरणारे रातकिडे!

"बस्स – आपण बुवा मुंबईला जाणारच !" मोठा विल्कू म्हणाला.

"पण कसं?" मी विचारलं. मोठ्या विल्कूनं फक्त डोळे मिचकावले.

"काय रे, स्वत:शी बडबडतोस की काय तू ?" मोंडकरांचा राघव म्हणाला आणि जोरजोरानं हसायला लागला. "हे ऽ ऽ विल्कू वेडा झाला – विल्कू वेडा झाला –" म्हणून टाळ्या पिटायला लागला.

मला त्याचा असा संताप आला! पण काय करणार? मी मोठ्या विल्कूशी बोलत होतो, हे काही मला त्याला सांगता आलं नसतं. त्याला मुळी ते समजलंच नसतं. शिवाय ते तर आमचं गुपित होतं!

"पण, या चोंबड्या राघवला कधीतरी धडा शिकविलाच पाहिजे!" मोठा विल्कू फणफणत म्हणाला, "फारच हुशारी करतो लेकाचा!"

"श्श –" मी त्याला कसंबसं गप्प बसवलं; पण मोठा विल्कू असा चटकन गप्प बसणारा नव्हता. तो मला दररोज आठवण करून द्यायचा.

"राघवचं काय करायचं?"

राघव शाळेत माझ्याच वर्गात होता. अभ्यासात हुशार होता. त्याचा नंबर माझ्या वरती असायचा; पण त्यासाठी तो इतका आखडायचा! प्रत्येकाला हुशारी दाखवायचा. मास्तरांच्या पुढे पुढे करायचा. मला हे अगदी आवडत नसे; पण मला काहीच बोलता यायचं नाही.

त्यातून तो राहायचा आमच्या घराच्या अगदी जवळच – मागच्या बाजूला! त्यामुळे दुपारी खेळायला तो आमच्या इथं यायचा.

त्यांच्या घरात चिक्कार माणसं होती. त्यामुळे सुट्टीच्या दिवशी दुपार झाली म्हणजे जेवून हातावर पाणी पडल्याबरोबर तो आमच्या इथं यायचा. आमचं घर कमालीचं मोठं होतं – आणि त्यात आम्ही दोघंच राह्यचो. मी आणि आजी!

घरभर फिरून पाय दुखतात, अशी तक्रार आजी करायची, इतकं आमचं घर मोठं होतं. अंगण, ओटा, देवघर, आणखी चिक्कार खण, शिवाय वरती माडी, माडीवर अगदी एका टोकाला अडगळीची खोली होती.

अडगळीच्या खोलीत काय काय गमती होत्या एकेक! काय पाहिजे ते तिथं पडलेलं असायचं. फुटकी गळकी भांडी, गंजलेल्या ट्रंका, एक लाकडी पाळणा, दोन अगडबंब लाकडी पेट्या, फाटकी पुस्तकं. सगळ्यांवर धुळीचा जाड थर पसरलेला होता आणि कोपऱ्याकोपऱ्यांत कोळिष्टकं लोंबत होती.

तसं आमचं सगळं घरच इतकं जुनाट होतं! भिंती उखणलेल्या आणि पायऱ्या तुटलेल्या. वापर नसल्यामुळे खोल्या तशाच धुळीनं भरून गेल्या होत्या. कौलांमधून गवत वाढलं होतं. गावच्या वेशीवर एक पांढऱ्या जटा लोंबत असलेली

थेरडी वेडी बसायची. तिच्यासारखं आमचं घर बाहेरून दिसायचं. आत दिवसादेखील काळोख असायचा आणि संध्याकाळी एखाददोन दिवे त्या थेरड्या वेडीचे डोळे लुकलुकल्यासारखे चमकायचे.

पण, लपा-छपी खेळायला काय मस्त जागा होती! लपायला पाहिजे तेवढी ठिकाणं आणि काळोख! शिवाय जागोजागी दारं. एका बाजूनं पळावं आणि खुशाल दुसरीकडून प्रकट व्हावं.

सुट्टीच्या दिवशी आम्ही चिक्कार मजेत लपा-छपी खेळत असू. खूप आरडाओरडा, धावाधाव, हसणं-खिदळणं! भलतीच गंमत! आमचा कंपू ठरलेला होता. मुलं-मुली मिळून आठ-दहा जण होतो आम्ही. त्यातच मोंडकरांचा राघव पण होता!

एके दिवशी काय गंमत झाली – आम्ही खेळत असताना मोठा विल्कू आला. दावतरांच्या मंजूवर राज्य आलं होतं. मैनीनं तिचे डोळे झाकले. आम्ही बाकीचे सगळे लपायला गेलो.

सगळे लपायला जागा शोधत असताना मोठा विल्कू माझ्या कानात कुजबुजला, ''राघवची गंमत करू या?''

''नको विल्कू, उगाच काहीतरी करू नकोस. राघवची आई रागावेल.'' मी त्याला रोखण्याचा प्रयत्न केला.

पण, मोठा विल्कू माझं ऐकणार नव्हता. तो कुणाचंच कधी ऐकत नसे आणि मलाही ते ठाऊक होतंच.

तो हसला आणि म्हणाला, ''तुला आठवतंय – आज सकाळी शाळेत तो काय सांगत होता? तुझ्याविषयी?''

मला आठवत होतंच. सकाळी मुलांचा एक घोळका जमवून तो त्यांना माझ्याविषयी हलक्या आवाजात काहीतरी सांगत होता. ते सगळे माझ्याकडे पाहून हसत होते. कुजबुजत होते. बहुधा तो त्यांना सांगत असावा, की विल्कूला वेड लागलंय – तो स्वतःशीच बोलतो.

– की त्याला आम्हा तिघा विल्कूंचं गुपित समजलंय?

''आपलं गुपित कोणालाच कळता कामा नये.'' मोठा विल्कू म्हणाला.

मी नुसती बावळटासारखी मान डोलावली.

मोठा विल्कू राघवजवळ गेला. राघव लपण्यासाठी जागा शोधण्याच्या गडबडीत होता. मोठा विल्कू त्याला म्हणाला, ''इकडे ये. तुला मस्त जागा दाखवतो लपायला.''

राघव खिदळतच बरोबर गेला.

दोघंजण माडीवर गेले. पलीकडच्या खोलीत – अडगळीच्या!

"काय मस्त जागा आहे!" राघव आनंदानं ओरडला.

"इकडे बघ – एक गंमत आहे!" मोठा विल्कू म्हणाला.

त्यानं तिथल्या अडगळीतली एक मोठी लाकडी पेटी उघडली. तिच्या झाकणाचा 'कर्र' आवाज झाला. खोलीतल्या शांततेत तो केवढातरी वाटला.

"बस आत – लवकर. कुणाला पत्ता लागायचा नाही. तू बिलकूल सापडायचा नाहीस." मोठ्या विल्कूनं सांगितलं.

राघव खिदळतच पेटीत जाऊन बसला.

मोठ्या विल्कूनं पेटीचं झाकण लावून घेतलं.

एवढ्यात खोलीच्या दारात कुणाचीतरी चाहूल लागली.

"कोण आहे?" मोठ्या विल्कूनं विचारलं.

उत्तर मिळालं नाही.

जवळच एक मोठा खिळा पडला होता. कधीपासून तो तिथं होता कोण जाणे! पार गंजून गेला होता. मोठ्या विल्कूनं तो पेटीच्या कडीत अडकवून टाकला आणि तो माडीवरून खाली आला.

मी जेमतेम दारामागे लपलो, एवढ्यात 'सुट्यो' झालं. मी पटकन सापडलो.

दावतरांच्या मंजूनं एकेकाला पटापट शोधून काढलं. सापडले नाहीत फक्त दोघं. एक सोनाराचा जना आणि दुसरा राघव.

मंजी दोघांना कसून शोधू लागली. "गड्या गड्या येऊ नकोस – गड्या गड्या ये ये," वगैरे शंभर वेळा झालं. एवढ्यात मंजीची नजर चुकवून जना कुठूनसा आला आणि भोज्याला शिवला.

राहता राहिला राघव!

कितीतरी वेळ तो येईचना.

सर्वांनी माहीत होत्या तेवढ्या सगळ्या जागा शोधल्या; पण राघव सापडलाच नाही.

सगळे त्याला हाका मारून दमले. "बाहेर ये – तुला पकडणार नाही" असं वचनदेखील मंजीनं मोठमोठ्यानं ओरडून दिलं. अगदी शपथसुद्धा घेतली; पण ज्याचं नाव ते! राघव काही बाहेर आला नाही!

शेवटी सगळे कंटाळले. राघव न सांगता खेळ अर्धवट टाकून घरी निघून गेला असणार, म्हणून त्याच्यावर रागावले. आता पुन्हा कधी त्याला खेळात घ्यायचं नाही, असं सर्वांनी ठरवून टाकलं.

मोठा विल्कू काहीच बोलला नाही. मग मी तरी कसं बोलणार?

खेळ पुढं चालू झाला.

संध्याकाळी जेव्हा मुलं घरोघर गेली, तेव्हा मी मोठ्या विल्कूला बाजूला

येऊन विचारलं, "मोठा विल्कू – राघव निघाला असेल का रे पेटीतून?"

"मॅडच आहेस. निघेल कसा? पेटीला बाहेरून कडी लावली आहे. खिळा घालून जाम बंद केली आहे." मोठा विल्कू म्हणाला.

"पण, मग ओरडला कसा नाही?"

"ओरडला असेल – आपल्याला काय माहीत? बंद पेटीतून ओरडलेलं बाहेर ऐकू येतं का? आणि आलं समजा थोडंसं, तरी त्या ऽ पलीकडच्या खोलीतलं माडीवरून खाली कसं ऐकू येणार – सांग!"

तर अशी गंमत झाली होती! राघव पेटीच्या बाहेर येऊ शकणार नव्हता.

"तो कधीच मरून गेला असेल." विल्कू नाक खाजवीत म्हणाला.

"गुदमरून!"

म्हणजे ते मांजर श्वास घेता आला नाही म्हणून मेलं तसं!

म्हणजे आता राघव कधी चिडवणार नाही! माझ्याकडे बोट दाखवून हलक्या आवाजात कुजबुजणार नाही! मला 'वेडा' म्हणणार नाही. येता-जाता हुशारी करणार नाही!

"अर्थात नाही." मोठा विल्कू खांदे उडवीत म्हणाला, "मेलेली माणसं काहीच करू शकत नाहीत."

माझ्या आईसारखी – आणि त्या मांजराच्या पिलासारखी – पाण्यात मागे-पुढे हेलकावे खाणाऱ्या – आणि त्या प्रेतासारखी – एवढी आग लावली, चटके बसले तरी 'हाय'देखील न करणाऱ्या प्रेतासारखी!

मला खूप मोकळं वाटलं. उद्या शाळेत आपल्याला कोणी चिडवणार नाही, अशी खात्री असली म्हणजे किती मस्त वाटतं नाही?

"तू खूप छान आहेस, मोठा विल्कू." मी त्याला मिठी मारून म्हटलं, "इतका चांगला आहेस – तू मला खूप खूप आवडतोस!"

मोठा विल्कू नुसता हसला.

रात्री मोंडकरांकडे एकच गोंधळ उडाला. मंडळी कंदील घेऊन, टॉर्च घेऊन निरनिराळ्या दिशांना निघालेली दिसली. बहुतेक ती राघवला शोधत असावीत.

मी थोडा वेळ ओट्यावर अंधारातच त्यांची गंमत पाहत उभा राहिलो. मग त्यांच्यापैकी दोघंजण आमच्याच घराच्या दिशेनं यायला लागले, तेव्हा मी घरात जाऊन परवचा म्हणायला बसलो.

कान मात्र त्या मंडळींची चाहूल घेत होते.

मंडळी आत आली, आजीकडे चौकशी करू लागली. बोलण्यात माझं नाव आलं, तेव्हा मी परवचा थांबवला.

एवढ्यात आजीनं मला बोलावलं.

"विल्कू, बाळा, यांच्या राघवला पाह्यलंस का रे तू?" आजीनं विचारलं.

मी काय उत्तर देतो, याकडे त्या मंडळींचं सगळं लक्ष लागून राहिलं होतं.

"दुपारी पाहिलं होतं." मी म्हटलं, "लपाछपी खेळताना. तो मधेच निघून गेला असं सगळी मुलं सांगतात."

त्यांच्यापैकी राघवचा मोठा भाऊ म्हणाला,

"सापडला की कळवा बरं आम्हाला."

आजीनं त्यांची बोळवण केली. "काय तरी मेला जिवाला घोर –" ती पुटपुटली.

मी शांतपणे देवासमोर जाऊन बसलो आणि 'शुभं करोति कल्याणम्' म्हणू लागलो.

रात्रभर मोंडकरांची माणसं राघवला शोधीत होती. सगळ्या गावभर ती पाहून आली. विहिरी, डोह बघून झाले. पोलीस स्टेशनवरही वर्दी दिली.

पण राघव, अर्थातच मिळाला नाही.

राघवची आई वेड्यासारखी त्याला हाका मारत राहिली.

पण, राघव उत्तर देऊ शकला नाही. त्याला आता काहीच करणं शक्य नव्हतं. नुसतं बसून राहायचं – लाकडी पेटाऱ्यात!

मध्यरात्री एक भानगड झाली.

मोठा विल्कू गेला आणि छोटा विल्कू आला. माझ्याकडून अर्थातच त्याला सारा प्रकार कळला.

आणि एकदम तो आपला भीतीनं लटलटा कापायला लागला.

रात्री मध्येच बाहेर जावं लागायचं. त्या निमित्तानं मी त्याला बाहेर घेऊन गेलो. त्याची खूप समजूत घातली. तो कसाबसा शांत झाला.

आम्ही परत येऊन झोपलो. मध्येच छोट्या विल्कूला जाग आली. मला म्हणाला, "ऐक – माडीवरून कोणीतरी खाली उतरून येतंय. नक्की तो राघवच असणार!"

मी त्याच्या बडबडीकडे लक्ष दिलं नाही. उलट त्याला बजावून ठेवलं, "हे बघ, मेलेली माणसं माडीवरून खाली उतरू शकत नाहीत, हे तुला चांगलं माहितेय."

तरी थोड्या वेळानं पुन्हा त्यानं मला उठवलं. म्हणाला "वरती पेटीचं झाकण उघडल्याचं आत्ता ऐकू आलं मला. 'कर्र' असं."

क्षणभर मला ते खरंच वाटलं. दुसऱ्याच क्षणी मला आपल्या वेडेपणाचं हसू आलं. राघवला पेटीचं झाकण उघडता येत असतं तर त्यासाठी तो इतका वेळ थांबला असता का? आणि इतक्या दूरच्या खोलीतली कर्रकर्र इथवर ऐकू येणं शक्य होतं का?

शेवटी मी छोट्या विल्कूला दम भरला. म्हटलं, "हे बघ, राघव आता जिवंत नाही. तेव्हा त्याला काहीही करता येत नाही; आणि तुला हे जे काही ऐकू येतंसं वाटतं, ते सगळे निव्वळ भास आहेत भास! राघव आता कायमचा त्या पेटाऱ्यात पडून राहणार! कुणालाही तो तिथं आहे हे कळायचं नाही! तू मात्र घाबरू नकोस नि काहीतरी बडबडू नकोस. नाहीतर सगळ्या लोकांना हे कळल्याशिवाय राहणार नाही."

मी इतकी समजूत घातली, तेव्हा तो कसाबसा झोपला; पण तरी रात्रभर त्याला चांगली झोप लागलीच नाही.

पण, सकाळ झाली तेव्हा तो खूपच हुशारला. दिवसभरात त्याला फारशी भीती वाटली नाही.

मोंडकर मंडळींचा शोध चालूच होता. मोंडकरबाई एकसारख्या ऊर बडवून रडत होत्या.

काय गंमत आहे पाहा! राघवला आई होती, तर आता राघवच नव्हता. मी होतो; पण माझ्यासाठी रडायला आईच नव्हती. म्हणा मला आई हवीच होती कशाला? मला मोठा विल्कू होता आणि छोटा विल्कूदेखील होता! मग आई हवीये कशाला?

तो सबंध दिवस मी मोठ्या विल्कूची वाट पाहिली; पण तो आलाच नाही. रड्या छोटा विल्कू मात्र दिवसभर माझ्याबरोबर होता. त्याची भीती थोडीशी कमी झाली होती खरी; पण तरीही कटकट चालूच होती.

दुसऱ्या रात्रीदेखील तो नीटसा झोपला नाहीच.

मला त्याची काळजी वाटायला लागली होती. मी एकसारखा मोठ्या विल्कूची वाट पाहत होतो. तो यायच्या आत छोट्या विल्कूनं कुठं काहीतरी बोलून घोटाळा केला तर?

तरी एक-दोन वेळा आजीनं विचारलंच, "काय रे विल्कू, बरं नाही का वाटत? तोंड उतरलेलं दिसतंय."

मी छोट्या विल्कूला तोंड बंद ठेवायला लावलं अगदी गच्चम्पैकी!

मग आजीच पुढं म्हणाली, "साहजिकच आहे – तुझ्याशी रोज खेळणारा मुलगा एकाएकी – गेला म्हणजे वाईट वाटल्याशिवाय थोडंच राहतं? काय झालं असेल बापड्याचं? पडला असेल कुठंतरी –" मला जवळ घेऊन ती म्हणाली,

"तू सांभाळून राहा हो जिवाला – जाऊ नको पाण्याबिण्याजवळ!"

तशी छोट्या विल्कूचे डोळे पाण्यानं भरून आले. रड्या कुठला! पण लोकांना आवडतात असली रडवी मुलं! आजीनं लगेच त्याला 'उगी उगी' म्हणून थोपटलं!

तिसऱ्या दिवशी एकदम एक लफडं झालं!

सोनारांचा जना मला हळूच म्हणाला, "काय रे विल्कू, तुमच्या माडीवरच्या अडगळीच्या खोलीत – त्या लाकडी पेटाऱ्यांत काय ठेवलंय रे?"

त्याचा प्रश्न ऐकला आणि माझ्या अंगावर शहारे आले.

"कुठला पेटारा?" मी काहीतरी विचारायचं म्हणून विचारलं.

"तो रे – त्या दिवशी आपण लपाछपी खेळत होतो तेव्हा नाही का – राघव गेला त्या दिवशी रे – तेव्हा तू ती पेटी उघडली होतीस. नाही म्हणू नकोस – मी पाहिलं तुला बंद करताना."

म्हणजे कुणीतरी येऊन गेल्याचा भास झाला तो खराच होता तर! हा चोंबडा जना त्या वेळी वर आला होता!

"त्या पेटीत काय ठेवता तुम्ही?"

"खडे." अचानक उत्तर आलं. मी चकित झालो. ओहो! मोठा विल्कू आला होता!

मला हायसं वाटलं! दोन दिवस वाट पाहिल्यानंतर आज कुठं मोठा विल्कू हजर होत होता!

"कसले खडे?" जनानं बावळटासारखं विचारलं.

"तुला माहीत नाही?" मोठा विल्कू सहजपणे म्हणाला, "आपलं ते औदुंबराचं झाड आहे ना, ते डोहाजवळचं, त्याच्या मुळाशी चिक्कार रंगीत खडे असतात. खूप किंमत येते म्हणे त्यांची. मी जमवतोय ते. चिक्कार जमले की, मुंबईला अण्णांकडे पाठवून देणार – पुष्कळ पैसे मिळतील."

मी थक्क होऊन ऐकत राहिलो. थापादेखील इतक्या सुंदर सुचतात मोठ्या विल्कूला! आता एवढं सांगितल्यानंतर काय बिशाद आहे जनाला कसला संशय येण्याची?

पण, जना म्हणजे जनाच तो! तो म्हणाला, "मला दाखवशील पेटीतले खडे?"

"हो ऽ ऽ" मोठा विल्कू हेदेखील अगदी सहज सांगून गेला – "आत्ताच दाखवतो. नाहीतरी माझी वेळ झालीच आहे, औदुंबराकडून खडे आणायची. तूही चल हवं तर माझ्याबरोबर."

सुटलो! म्हणजे निदान खरोखर पेटी उघडून दाखवायला नको –!

"मात्र कुण्णाकुण्णाला सांगायचं नाही, बरं का." मोठ्या विल्कूनं ताकीद दिली. "आपलं दोघांचंच गुपित! तुला हवं तर घे खडे; पण आणखी कुणाला कळलं तर माझ्या वाट्याला काही शिल्लकच राहायचं नाही!"

"नाही रे. कुण्णाला सांगत नाही. आई शप्पथ!" जनानं कबूल केलं आणि तो औदुंबराकडे जायला तयार झाला.

संध्याकाळच्या सावल्या आता दाटायला लागल्या होत्या. सगळीकडे शांत झालं होतं. लांबवर कुठंतरी घरी परतणाऱ्या गुरांना दिलेल्या हाळ्या ऐकू येत होत्या तेवढंच!

औदुंबर पाण्यात पाय पसरून होता. त्याच्या बाजूला एक लहानशी घळई तयार झाली होती. दोन्ही बाजूंना कपाऱ्या होत्या आणि मध्ये डोह तयार झाला होता.

डोह खोल होता – आता काळोख पडू लागल्यामुळे त्याचं हिरवंगार पाणी काळंकुट्ट दिसायला लागलं होतं.

''इथं आहेत खडे. माझ्यामागून सावकाश ये.'' मोठा विल्कू म्हणाला.

तोल सांभाळत जना त्याच्यामागून गेला.

मोठा विल्कू खाली बसला. औदुंबराच्या एका जाडजूड मुळाला धरून. त्याच्या पलीकडे कपारी तुटली होती – आणि काळंभोर पाणी खालून वाहताना दिसत होतं.

जनादेखील खाली बसला.

''या मुळाखालची माती उकर.'' मोठा विल्कू म्हणाला.

जना माती उकरू लागला.

मोठा विल्कू उठून उभा राहिला.

अगदी सहजपणे; पण जोरात त्यानं जनाला एक धक्का दिला.

जना बसल्याबसल्याच कोलमडला तो थेट कपारीवरून एकदम खाली.

त्याला किंकाळी मारायलादेखील वेळ मिळाला नाही.

मोठा विल्कू कपारीच्या टोकाशी गेला आणि औदुंबराच्या आधारानं त्यानं हळूच वाकून पाहिलं.

काळ्याभोर पाण्यात तरंग दिसत होते – नव्हते, एवढंच.

''बस्स'' हात झटकीत तो मला म्हणाला, ''आता कुणालाच कळायचं नाही की आपल्या त्या पेटाऱ्यात काय आहे.''

बरोबर! आता तो गेला... बुडाला... पाण्याबरोबर त्याचं शरीर आता हेलकावे खात राहील – त्या मांजराच्या पिलासारखं! तो मेला – आता तो बोलणार नाही... कुणाला सांगणार नाही... की आपण विल्कूला पेटी बंद करताना पाहिलं! ते कुणालाच कळून चालायचं नाही!

आता काळोख फारच दाटला होता. अशा काळोखातून डोहाजवळून जाताना कुणालाही भीती वाटली असती!

पण, मोठ्या विल्कूला भीती ही गोष्ट मुळीच ठाऊक नव्हती.

मी घरी आलो तेव्हा चिक्कार उशीर झाला होता – आजी नक्कीच काळजीत पडली होती. दिवेलागणीच्या वेळी मी घरात नसलो की, आजीच्या जिवाची काय

घालमेल होत असे, ते मला माहीत होतं!

पण, घरात पाऊल टाकलं तर काय, सगळीकडे सामसूम!

घरात दिवासुद्धा लावलेला नव्हता.

मी तडक स्वैंपाकघरात धावलो.

भराभरा सगळे खण धुंडाळले.

पण छे:! आजीचा पत्ताच नव्हता.

गेली कुठं आजी?

मला घरी परतायला उशीर झाला म्हणून शोधायला बाहेर पडली की काय ही?

मी पुन्हा एकदा सगळीकडे पाहिलं. माजघर, सोपा, मधली खोली, देवघर –

छे – खाली तर नाहीच –

मग माडीवर?

मी तसाच पळत वर गेलो. थेट अडगळीच्या खोलीपर्यंत.

आणि – जे दिसलं त्यानं मी तीन फूट उडालो!

अडगळीच्या खोलीत आजी स्तब्ध उभी होती!

आणि तिच्यासमोर तो लाकडी पेटारा होता – तोच.

त्याचं झाकण उघडलेलं होतं आणि आतल्या सामानाकडे आजी डोळे फाडफाडून बघत होती!

"श्शू – आवाज करू नको." मोठा विल्कू अचानक येऊन म्हणाला.

आजीने पाहण्याच्या आत आम्ही पाय न वाजवता खाली आलो...

"आता काय करायचं?" मी मोठ्या विल्कूला विचारलं.

तो काहीच बोलला नाही. तसाच स्वैंपाकघरात गेला आणि पळत पळत परत आला.

त्याच्या हातात रॉकेलची बाटली होती. भराभर तो माडीच्या पायऱ्यांवर रॉकेल ओतत गेला – तसाच परत खाली आला – काडी पेटवली आणि रॉकेलला लावली...

लाकडी पायऱ्यांनी धडाडून पेट घेतला.

माडी पुरी पेटल्याची खात्री होताच मोठा विल्कू घराबाहेर पडला –

रडत रडत मोंडकरांच्या घराशी पोहोचला तो छोटा विल्कू.

'आग-आग' असं ओरडत तो धापा टाकीत होता. हुंदक्यांमधून त्याचं बोलणं समजून घेऊन लोक घराशी आले, तोवर माडीची राखरांगोळी झाली होती आणि घराच्या उरलेल्या भागात आग पसरू लागली होती...

मोंडकरीणबाई छोट्या विल्कूला जवळ घेऊन कुरवाळीत होत्या. राघवच्या

आठवणीनं त्यांना हुंदके आवरत नव्हते. छोट्या विल्कूला पोटाशी धरून त्या पुन:पुन्हा म्हणत होत्या, ''आईवेगळं गरीब पोर – आता तर बापड्याची आजीदेखील गेली – बिच्चारा!''

– पण, त्या रात्री मोठा विल्कू विलक्षण खुशीत होता. उद्या अण्णांना यावंच लागणार होतं. त्याला मुंबईला घेऊन जावंच लागणार होतं.

शहाडसारख्या छोट्या गावात करून करून काय करणार? मोठ्या विल्कूसारख्या हुशार मुलाला मुंबईत मात्र खूप काय काय करता येणार होतं!

(ही कथा मेहता पब्लिशिंग हाऊसच्या 'कबंध' या कथासंग्रहात यापूर्वी प्रकाशित झालेली आहे. पुढील कथेच्या संदर्भासाठी ही कथा या संग्रहात नव्याने घेण्यात आली आहे.)

आई वेगळा

"आम्ही शहाडहून मुंबईला चाललो होतो. एसटीच्या बसनं. आम्ही म्हणजे अण्णा आणि त्यांच्याबरोबर आम्ही तिघं. तिघंही अण्णांच्या शेजारच्या सीटवर बसलो होतो.

तिघं म्हणजे – मोठा विल्कू, छोटा विल्कू आणि मी. म्हणजे विल्कू.

आता तुम्ही विचाराल, की तिघंतिघंजण एकाच सीटवर कसे बसू शकतील? मग ते सगळे अगदी लहान, म्हणजे फक्त पावणेदहा वर्षांचे असले, तरीसुद्धा?

असं विचारलंत, तर तुम्ही माती खाल्लीत. एकदम आउट झालात; कारण एवढं कसं आलं नाही तुमच्या लक्षात? आम्ही तिघं एकच आहोत. विल्कू. खरं नाव विलास; पण

आजीनं लाडानं 'विल्कू' म्हणायला सुरुवात केली आणि अख्ख्या शहाडभर तेच नाव झालं – विल्कू.

तरी अजून नाही ना कळली आमची जंमत? आमचं प्रायव्हेट सिक्रेट? – तीन विल्कू म्हणजे एकच कसा, ते? ते कुणालाच माहीत नाहीये. कुणाला सांगायचं नाहीये. आणि न सांगता कळण्याइतकं हुशार कुणी असणारच नाहीये... पण तुम्हाला म्हणून सांगतो. (तसं ते कुणाला तरी सांगावं, असं मला नेहमीच वाटतं; पण – पण नाहीच सांगायचं.)

मज्जा काय आहे, की आम्ही तिघं एकच असल्यामुळे एकाच वयाचे आहोत. तरी एकजण आहे मोठा विल्कू; कारण तो सगळ्यांचा दादा आहे. कसलीही अडचण आली की त्यावर त्याच्याकडे उपाय असतोच. फट्दिशी सोडवून टाकतो तो प्रश्न... धडाक्यात. आणि कशालाच घाबरत नाही – कशाचीच काळजी करत नाही. 'बघ हां!' म्हटलं तर त्यावर याचं आपलं, 'काय होत नाही रे!'

याउलट छोटा विल्कू. हे कसं होईल आणि ते कसं होईल? ... असं झालं, तर काय होईल? तसं झालं तर काय होईल? एकसारखा काळजीत. मोठा विल्कू त्याच्यावर जाम चिडतो. एक ठेवून दिली पाहिजे, म्हणतो... पण, बाकी कोणीच त्याला असं काही म्हणत नाही. सगळ्यांना तो आवडतो. त्याचे गुलाबी गाल, लालचुटुक ओठ आणि सदा पाण्यानं भरून आल्यासारखे दिसणारे डोळे. सगळे त्याला जवळ घेतात. त्याचे पापे घेतात. तो लाजतो. घाबरतो. ते पण सगळ्यांना आवडतं.

मी या दोघांच्या मधला. म्हणजे मोठा विल्कू जास्तच बिनधासगिरी करायला लागला, की त्याला आवरणार... छोटा विल्कू रडकुंडीला आला, की त्याला समजावणार. म्हणजे मी या लपाछपीच्या खेळातला भोज्याच म्हणा ना.

तर असे आम्ही विल्कू, एसटीमध्ये अण्णांच्या शेजारी बसलो होतो. अण्णा म्हणजे माझे वडील. खरं म्हणजे मला त्यांची फारशी माहिती नव्हती. पुन्हा तुम्ही मघासारखे बुचकळ्यात पडाल. एवढा हा पावणेदहा वर्षांचा मुलगा, आणि याला स्वत:च्या वडिलांची माहिती कशी नाही? तर त्याचं साधं कारण असं, की आत्तापर्यंत मी अण्णांना फक्त दोनच वेळा पाहिलंय. एक, मी पाच वर्षांचा असताना, आणि दुसरं आत्ता. मधल्या काळात ते कसे दिसतात हेसुद्धा मी विसरून गेलो होतो. आजी म्हणायची, की मी जन्मलो, तेव्हा एकदा ते शहाडला आले होते; पण तेव्हाचं मला कसं आठवणार?

मी जन्मलो तेव्हाच माझी आई वारली. (म्हणजे आईसुद्धा मला आठवत नाही.) अण्णा आम्हाला बघायला आले होते – पण, आई गेली म्हणून ते माझ्यावर इतके जाम संतापले, की (आजी सांगायची) त्यांनी माझं तोंडच बघायचं

नाही असं ठरवलं, आणि मला आजीकडेच ठेवून, निघून गेले. 'आईवेगळा पोर' म्हणून आजीनं आणि अख्ख्या शहाडमधल्या लोकांनी कायम माझे – खरं तर छोट्या विल्कूचे – खूप लाड केले.

नंतर आजीनं सांगितलं, की अण्णांनी दुसरं लग्न केलं... मला त्यातलं काय कळणार? पण साधारण पाचव्या वर्षी – थोडं थोडं कळायला लागलं, तेव्हा आजी म्हणाली... तुला भाऊपण झालाय. सावत्र भाऊ. मग तिनं मला 'सावत्र' म्हणजे काय ते समजावून सांगितलं, ते साधारणसं समजलं. फारसं चांगलं नसतं ते, असं वाटलं.

एव्हाना अण्णांचा माझ्यावरचा राग, म्हणजे मी जन्मल्याबरोबर आईला मारून टाकलं याबद्दलचा, कमी झाला होता. ते शहाडला आले न् आजीला म्हणाले, की मी घेऊन जातो त्याला मुंबईला ... पण, या वेळेस आजी त्यांना खूप रागावून बोलली, तेही माझ्यासमोरच. म्हणाली, "मी याला एवढ्या लाडानं वाढवतेय तो काय सावत्र आईच्या तावडीत द्यायला? त्यातनं आता तिला आहे स्वत:चा मुलगा. ती काय बघणार सवतीच्या मुलाकडे? हालच होतील याचे तुमच्या संसारात." असं म्हणून तिनं अण्णांना जवळजवळ घालवूनच दिलं.

अण्णा मुंबईला परत गेले आणि मोठा विल्कू आला. म्हणाला, "आजीचं काहीतरीच! आपण जायला हवं होतं मुंबईला. तिथं खूप मज्जा असते असं ऐकलंय."

पण, छोटा विल्कू म्हणाला – "झालं ते बरं झालं. मला भीती वाटते सावत्र आईची. ती खूप दुष्ट असते, असं सगळे म्हणतात."

मी त्याची थोडीशी समजूत घातली न् मग ते तेवढ्यावरच राहिलं. खूप दिवस आम्ही अण्णांना पाहिलं नाही, की माझ्या सावत्र आईला न् सावत्र भावाला.

पण, आत्ताच्या वेळेला म्हणजे भयंकरच प्रकार घडला. आमच्या शहाडच्या घराला आग लागली आणि तिच्यात आजी जळून गेली. लोकांनी येऊन भराभर आग विझवली, तरी घराचा बराचसा भाग आणि थोडं सामानसुमान जळून गेलं. लोकांना माझी फारच दया आली. "आधीच आईवेगळा पोर, त्यात आता आजीसुद्धा गेली." असं ते परत परत म्हणत राहिले.

मग काय ? अण्णांना यावंच लागलं मुंबईहून घाईघाईनं. त्यांनी दोन दिवसांत ते जळकं घर कोणाला तरी विकून टाकलं आणि सामानाची बांधाबांध केली. एसटीची दोन तिकिटं पण काढली. मुंबईची, संध्याकाळची.

साऱ्या गावाला खूप वाईट वाटलं, मला निरोप देताना. कोणी नवे कपडे दिले, कोणी खाऊ दिला, तर कोणी थोडे पैसे. सगळे म्हणत राहिले – "परत ये हो, आम्हाला विसरू नकोस." म्हाताऱ्या माणसांच्या पाया पडलो, तेव्हा ती

म्हणाली –"शिकून मोठा हो!" बायकांनी पाप्या घेऊन गाल लालेलाल करून टाकले. काही पुरुष एसटी स्टॅन्डपर्यंत सोडायला आले. अण्णांशी बोलण्याचा प्रयत्न करत होते ते; पण अण्णा आपले गप्पच.

एसटी निघाली, तेव्हा सगळ्यांनी पुन:पुन्हा हात हलवले. मी खिडकीत बसलो होतो, तेव्हा मीदेखील वळून पाहत हात हलवत राहिलो.

सगळीकडे संध्याकाळचा नारिंगी प्रकाश पडला होता. मी एका नव्याच ठिकाणी जायला निघालो होतो. मोठ्या विल्कूला खूप गंमत वाटत होती आणि छोट्या विल्कूला, भीती.

मी खिडकीतून बाहेर बघत बसलो होतो. रस्ते ... मध्येच गर्दी... दुकानं ... मध्येच सगळं वैराण ... पुन्हा नुसतीच झाडी ... लहान-मोठी झाडं ... सगळं झपाट्यानं पाठीमागे जाता जाता हळूहळू अगदीच दिसेनासं झालं ... काळोख वाढत चालला.

आम्ही दोघं काहीच बोलत नव्हतो. गेल्या दोन-तीन दिवसांत मला कळलंच होतं, की अण्णा फारसे बोलत नाहीत. त्यातून माझ्याशी काय बोलणार, नाही का? एकदा विचारलं मला, "भूक लागलीये का?" म्हणून! मी "नाही" अशी मान हलवली. बस. पुन्हा आम्ही गप्प. तेही माझ्यासारखाच कसलातरी विचार करीत असणार.

मी विचार करत होतो आईचा. म्हणजे माझ्या खऱ्या आईचा नाही. नव्या आईचा. मी तिला आत्ता भेटणार होतो, म्हणून तिला 'नवी आई' म्हणायचं. नाहीतर गेली सात-आठ वर्षं ती माझी आई होतीच की. आई होती; पण सावत्र. सावत्र का होईना; पण तिला 'आई' म्हणता येत होतं, हे खूपच छान. नाहीतर आमच्यात कसला संबंध राहिला असता? ती अण्णांची बायको होती, हा? आणि अण्णा तरी कोण होते? मला पावणेदहा वर्षांत दोनच वेळा भेटलेले माझे वडील.

डोक्यात उलटसुलट विचार चालले होते. काळोख दाटत होता. आता तर गडद निळं आकाश आणि दूरवर काळ्या डोंगरांची रांग एवढंच दिसत होतं.

मध्येच कधीतरी गाडी थांबली. बरेच जण उतरले. आम्हीही उतरलो. मी सू करून घेतली. अण्णा आमच्यासाठी बटाटेवडे घेऊन आले. ते खाऊन होतात न होतात, एवढ्यात बसची घंटी वाजली. सगळे घाईघाईनं आत शिरले. आम्ही जागेवर बसलो. तिखट लागत होतं; पण अण्णांनी पाण्याची बाटली पुढे केली. "जास्त पाणी पिऊ नकोस," असंही बजावलं.

बस पुन्हा एकदा वेगानं पळायला लागली. मी बाहेर पाहत बसलो. ओहो! आता चंद्रकोर उगवली होती. किती छान. पुन्हा माझ्या मनात आईचे विचार

यायला लागले. आई खरंच वाईट असेल का? ... की आजी म्हणायची तशी तिला आपला स्वत:चा मुलगा आहे म्हणून माझ्याशी–तिच्या सावत्र मुलाशी चांगलं वागायची सवडच मिळायची नाही? मग आपण तिच्याशी कसं वागायचं? चांगलं की वाईट? ...सावत्र मुलासारखं की खऱ्या मुलासारखं?

चंद्रकोरीकडे पाहता पाहता मला झोप यायला लागली आणि मी तसाच खिडकीत डोकं ठेवून झोपून गेलो. गाडी मध्येच उडायची, तसं डोकं आपटायचं. जाग यायची.

मध्येच कधीतरी जाग आली तेव्हा लक्षात आलं, की आपण बसल्याबसल्याच उजवीकडे वळून झोपलोय, आणि आपलं डोकं अण्णांच्या मांडीवर आहे.

मग मात्र मला अगदी शांत झोप लागली. इतकी गाढ की, अण्णांनी, "ऊठ – मुंबई आली!" म्हणेपर्यंत मला जागच आली नाही.

आम्ही मुंबईला बसमधून उतरलो, तेव्हा थोडं थोडं उजाडायला लागलं होतं. मला मुंबई अगदी सुरुवातीपासूनच पाहायची होती. तेव्हा मी त्या अंधूक उजेडात सुद्धा डोळे ताणताणून सगळीकडे पाहत होतो. बघायचं काही राहून जाऊ नये म्हणून.

मग आम्ही एका छोट्याशा गाडीत बसलो. तिला 'रिक्षा' म्हणतात, असं अण्णांनी सांगितलं. रिक्षामधून उतरलो, तर समोर एक चारमजली घर, त्याला 'बिल्डिंग' म्हणतात, असं अण्णा म्हणाले. ही 'बिल्डिंग' चांगली उंचच उंच होती; पण खूप जुनी दिसत होती. मुंबईत चकाचक, नवीननवीन उंच घरं असतात, असं ऐकून होतो, म्हणून थोडं कसंतरी वाटलं; पण आम्ही आपापल्या बॅगा घेऊन त्या बिल्डिंगमध्ये शिरलो, अन् चार जिने चढून घरात पोहोचलो एकदाचे.

अण्णांनी दाराजवळच्या बटणावर हात ठेवला, तर आतमध्ये 'किर्र' आवाज झाला. लगेच एका बाईंनी दार उघडलं. 'या' ती हसून म्हणाली. मग माझ्या हातातली बॅग काढून घेत अण्णांना म्हणाली – "विलास ना हा? गोड आहे मुलगा." मग मला – "कंटाळला असशील प्रवासानं. जा आत. हातपाय तोंड धू – चहा पी, अन् मस्त झोप काढ."

घरात दुसरं कोणी नव्हतं. म्हणजे हीच अण्णांची बायको असणार. म्हणजे माझी आई. या विचाराबरोबर माझ्या अंगातून एक शहारा गेला – आई.

चकचकीत फरश्या लावलेल्या बाथरूममध्ये मी तोंड धूत असताना छोटा विल्कू आला, आणि म्हणाला – "किती छान आहे नाही आपली आई? दिसते पण किती छान, आणि हसते कशी ना अधूनमधून."

मी त्याला गप्प केलं. म्हटलं, "असू दे, असू दे. लगेच हुरळून जाऊ नकोस." हुरळून जाणं हे आजीचे खास शब्द.

तिनं मला हातपाय पुसायला टॉवेल दिला. आणि म्हणाली, "बस इथं." इथं म्हणजे टेबलशी – खुर्चीवर. मला विचित्र वाटलं. शहाडला आम्ही चुलीजवळ, जमिनीवरच बसून चहा घेत असू; पण अण्णा खुर्चीवरच बसलेयत, त्याअर्थी इथं अशीच पद्धत असणार.

"तू चहा पितोस ना? की दूध देऊ?" तिनं विचारलं.

"दूध नको. चहा पितो मी." मी सांगितलं.

तिनं मला चहा दिला, आणि मज्जा! एका बशीत बिस्किटं पण दिली. मला जाम भूक लागली होती; पण सगळी बिस्किटं खाल्लेलं कसं दिसलं असतं, कोण जाणे. एवढ्यात ती म्हणाली – "नंतर शिरा करणारेय हं."

मी चहा पीत असताना एक मुलगा दारात येऊन उभा राहिला, डोळे चोळत. उघडाच. चड्डी पोटाखाली सरकलेली. नाडी लोंबतेय. माझ्याहून लहान असणार; पण दिसत होता जवळजवळ माझ्या बरोबरीचा.

"जा मल्ली – तोंड धुऊन ये... तुझा भाऊ आलाय बघ." ती त्याला सांगू लागली; पण तो माझ्याजवळ आला नाही. नाडी चड्डीत खोचत डुलत डुलत तोंड धुवायला गेला.

"त्याचं नाव निर्मल; पण आम्ही त्याला 'मल्ली' म्हणतो."

"मला पण विल्कूच म्हणतात सगळे. तुम्ही पण विलास नका म्हणू."

ती हसली. हसताना ती खूपच छान दिसत होती.

"मी तुम्हाला 'आई' म्हणू?" मी तिला विचारलं.

"ती माझी आई आहे." मल्ली तोंड पुसत येऊन म्हणाला आणि हातातला टॉवेल बाजूला फेकून देऊन आईला बिलगला.

"अरे हो हो!" त्याला बाजूला करून ती म्हणाली, "तुझी तर आहेच पण त्याचीसुद्धा आईच आहे मी. आणि बरं का, तो तुझा दादा आहे... दादा म्हणायचं त्याला. आणि विल्कू, आईला तुम्ही म्हणतं का कुणी?"

मला एकदम हसूच आलं. आईनं मल्लीला दुधाचा ग्लास दिला. अण्णा काहीच न बोलता अंघोळीच्या तयारीला लागले होते.

मल्लीनं मुकाट्यानं दूध पिऊन टाकलं. तो माझ्याशी काहीच बोलला नाही. मी आईला 'आई' म्हटलं हे त्याला मुळीच आवडलं नसणार. मी आपणहून त्याला विचारलं, "कितवीत आहेस तू?" तर "तिसरीत" एवढंच तिरसटासारखं म्हणून तो खोलीतून निघून गेला.

आई स्वयंपाकघरात कामाला लागली. मला काय करावं ते सुचेना. मग मी एकटाच घर बघून आलो. स्वयंपाकघर सोडून आणखी तीन मध्यम आकाराच्या खोल्या होत्या. एक बसायची खोली. एका खोलीत मोठा पलंग. ती बहुधा आई–

अण्णांची खोली असणार. एका खोलीत छोटा पलंग होता, तिथं मल्ली झोपत असणार ... खोल्या तशा टापटीप ठेवलेल्या होत्या; पण घर जुनंच वाटत होतं. दोन खिडक्यांमधली नक्षी, अगदी डोकं बाहेर काढता येईल एवढी तुटली होती. बसायच्या खोलीला एक लहानसा सज्जा होता. त्याचा लाकडी कठडा एका कोनात सुटला होता, तो सुंभानं बांधून ठेवलेला होता... भिंतीचेही मधूनमधून पोपडे उडाले होते.

तरीही हे घर आमच्या शहाडच्या घरापेक्षा कितीतरी बरं होतं. शहाडच्या घराची सवय झाली होती म्हणून भीती वाटत नसे एवढंच. इथं निदान भीती वाटण्यासारखं तरी काही नव्हतं.

"भिंती रंगवायला झाल्यायत!" माझ्या पाठीमागून आईचा आवाज आला. "खरं म्हणजे ही सगळी बिल्डिंगच पाडणारेयत आता आणि तिथं मोठ्ठी उंच बिल्डिंग व्हायचीये दहा-बारा मजली. मजा आहे की नाही?" असं म्हणून आई हसत हसत निघून गेली.

अण्णा ऑफिसला जाण्याची तयारी करून बूट घालू लागले. आई म्हणाली, "हे काय, आज लौकरसे निघालात? मला वाटलं होतं, प्रवासाचा शीण आहे, तर जेवणबिवण करून जरा उशिरानंच जाल."

"मल्लीच्या शाळेत जाणारेय्," अण्णा म्हणाले, "विल्कूला तिथेच ॲडमिशन मिळते का ते बघतो. चल मल्ली."

त्यांनी हाक देताच मल्ली शाळेचा युनिफॉर्म घालून बाहेर आला. जरा वेळ त्यानं दप्तराची उसकाउसक केली. अण्णांची थोडी चिडचिड झाली. "आधी लावून ठेवायला काय होतं रे तुला?" असं म्हणत ते त्याला मदत करू लागले. शेवटी एकदाचे पडले दोघं बाहेर.

मी पाहत राहिलो. मल्लीचा तो शाळेचा ड्रेस – मलादेखील मिळेल का असला ड्रेस घालायला?

माझ्या मनातलं वाचल्यासारखं आई म्हणाली, "आता तू पण जायचं हं मल्लीबरोबर शाळेत. हे करणारेयत आज चौकशी."

ते दोघंजण गेले. आई स्वयंपाकघरात गेली. मी काय करायचं? मला एकदम रिकामं रिकामं वाटायला लागलं. गेले तीन दिवस किती गडबड होती. याच्याकडे जा, त्याच्याकडे जा, सामान आवरा, निरोप पोहोचवा... मला एकदम शहाडची आठवण झाली... तिथल्या शाळेची, तिथल्या मित्रांची, त्यांच्याबरोबरच्या खेळांची... आणि त्याचबरोबर भीतीही वाटायला लागली... मोठ्या विल्कूनं तिथं केलेल्या एकेका प्रतापाची आठवण झाली. आता इथंही तसलं काही करील का तो? पण कसं करील? इथं मला सांभाळायला आई आहे.

मी उगाचच मोठ्याने हाक मारली – "आई!"

"काय रे?" आईचा आवाज आला.

"आईऽ" मी पुन्हा ओरडलो.

"अरे काय आई आई? काय हवंय ते सांग ना." ती आतूनच म्हणाली.

"ए आई गंऽ" मी आणखीनच मोठ्यानं ओरडलो.

"कशाला हाका मारतोयस?" ती ओले हात पदराला पुसत बाहेर आली.

"मी सवय करतोय आई म्हणायची." मी सांगून टाकलं. "आत्तापर्यंत कधी कुणाला मी अशी हाक मारलीच नव्हती ना."

"वेडाच आहेस!" म्हणत तिनं हसत हसत मला जवळ घेतलं; पण तिचे डोळे भरून आले होते. "जा, अंघोळ करून घे. मग तुला जेवायला वाढते."

तिनं मला छान खरखरीत टॉवेल दिला. मग बाथरूममध्ये नेऊन गार पाणी, गरम पाणी, साबण कुठं ठेवलाय, सगळं समजावून दिलं. शॉवरची गंमत दाखवली. मला एकटं सोडून, "पुनःपुन्हा हाका नको मारू!" असं हसत हसत बजावून ती निघून गेली.

अंघोळ करायला लागलो तर समोर छोटा विल्कू हजर. तोही माझ्यासारखाच उघडाबंब. मला म्हणतो – "आजी खोटं सांगायची ना?"

"काय खोटं सांगायची?" मी विचारलं.

"हेच, सावत्र आई वाईट असते, वगैरे."

"मग असतेच मुळी."

"मॅड आहेस. ही आई काय वाईट आहे?"

"नाही – ही चांगलीच आहे; पण ही काय सावत्र नाही काही. ही आपली खरीच आई आहे."

"ती कशी काय?"

"आपण खरी आई पाहिली होती का?... नाही ना? मग ही एकच आई आहे आपली. दुसरी आईच नाही आपल्याला. हीच आपली आई."

"हे मल्लीला सांगून बघ." अचानकपणे मोठा विल्कू आला. तोही उघडाबंबच होता. "आल्या आल्या मल्लीनं तुला बजावलं की नाही, ही माझी आई आहे म्हणून? त्याला ती त्याची एकट्याचीच आई वाटते. तो कधीच तुला आई मिळू देणार नाही."

मी गप्प बसलो. मोठ्या विल्कूशी मी कधीच वाद घालत नाही.

छोटा विल्कूदेखील मोठा विल्कू आल्या आल्या निघूनच गेला होता. मी भराभर अंघोळ आटोपली आणि अंग पुसून, टॉवेल लावून बाहेर आलो.

संध्याकाळी अण्णा ऑफिसमधून परतले. बूट काढून, कपडे न बदलताच ते

चहाच्या टेबलापाशी येऊन बसले. आईनं लगबगीनं त्यांना चहा आणि बेसनाचा लाडू दिला. मग विचारलं, "काय झालं विल्कूच्या शाळेचं?"

"मिळतेय ॲडमिशन." अण्णा गंभीरपणे म्हणाले. "पण दोन वर्षं मागे."

"म्हणजे?"

मी जाऊन आईच्या शेजारच्या खुर्चीवर बसलो. आवाज न करता. माझ्या बाबतीत काहीतरी विशेष बोलणं चाललंय एवढं मला कळत होतं. मी बसलो म्हटल्यावर मल्लीदेखील आला आणि आईच्या खुर्चीमागे, अगदी खेटून उभा राहिला.

"म्हणजे असं, की विल्कू शहाडला जरी पाचवीत होता, तरी इथं त्याला तिसरीतच बसावं लागेल."

"का म्हणून?" आईनं विचारलं.

"ते म्हणतात, शहाडसारख्या खेडेगावातल्या शाळांमध्ये काहीच शिकवत नाहीत. तिथल्या मुलांना धड बेरीज–वजाबाकीसुद्धा येत नाही. एकदम पाचवीतच घेतला, तर तो पुढे नापास होईल."

"तरी पण दहा वर्षांचा मुलगा तिसरीत? शाळेचे प्रिन्सिपॉल तुमचे मित्र आहेत ना? त्यांना म्हणावं, आम्ही घरी करून घेऊ त्याचा अभ्यास."

"मित्र आहेत, म्हणून ॲडमिशन तरी मिळतेय. नाहीतर जूनपर्यंत त्याला घरीच बसावं लागलं असतं." अण्णा म्हणाले. "एका परीनं त्यांचंही बरोबर आहे. आता तिसरीपासून केला, तर त्याचा अभ्यास पक्का होईल."

एवढं बोलून अण्णा कपडे बदलायला गेले. आणि मल्ली एकदम नाचायला लागला – "हेऽऽ विल्कू ढढ्म्! मोठा असून माझ्याच वर्गात. विल्कूला काही येत नाऽही. विल्कू ढढ्म!"

"मल्ली!" आई ओरडली. "गप् बसतोस की मार हवाय?"

तसा मल्ली पळून गेला.

आई माझ्या डोक्यावरून हात फिरवत म्हणाली –"तू लक्ष नको देऊ त्याच्याकडे. होतं ते नेहमी चांगल्यासाठीच होतं. मन लावून अभ्यास कर आणि पहिला नंबर काढ."

रात्री झोपायला जाण्यापूर्वी आईनं मधल्या खोलीतला बिछाना घालून दिला. लगेच मल्ली उडी मारून त्यावर चढला. आई म्हणाली, "मल्ली, आजपासून तू न् विल्कू, दोघांनी या बेडवर झोपायचं, समजलं?"

"पण आई, गर्दी नाही का होणार?" मल्लीनं तक्रार केली.

"काही नाही होत गर्दी." आई म्हणाली. "जरा आवरून झोपलं की झालं. आता काही तुम्ही अगदी लहान नाही." मग तिनं मला कपाट दाखवून सांगितलं–

"आणखी पांघरूण वगैरे लागलं, तर यात आहे हं!'' आणि ती कोपऱ्यातला छोटा दिवा, बाकीचे दिवे मालवून निघून गेली.

मल्ली आधीच हातपाय पसरून झोपला होता. आता त्यानं लाथा झाडायला सुरुवात केली. मी त्याला ''तिकडे सरक ना – इकडे अगदीच थोडी जागा राहिलीये – मी पडेन.'' वगैरे दोनचार वेळा सांगून पाहिलं; पण त्यानं तिकडे लक्ष दिलं नाही. जवळजवळ सगळाच बिछाना त्यानं काबीज केला, तेव्हा मी सरळ उठलो, कोपऱ्यातली चटई पसरली, कपाटातून एक गोधडी घेतली, आणि ती चटईवर पसरून आडवा झालो. मल्ली हसल्याचा मला भास झाला.

आडवा झालो खरा; पण झोप थोडीच येतेय? एकसारखं डोळ्यांपुढे शहाड दिसायला लागलं. तिथं आई नव्हती... पण आपल्याशी असं वाईट वागणारं, चिडवणारं, ढकलणारं, घालवून देऊ पाहणारं तरी कुणी नव्हतं. ते आपलं घर होतं. आपलं स्वतःचं. मग हे–हे घर आपलं नाही? पण हेच तर आपल्या वडिलांचं घर आहे आणि आईचंही– हो, माझ्याच आईचं.

अगदीच झोप येईना, तेव्हा मी उठलो, आणि बाहेर पडलो. या वेळी मला मल्लीच्या हसण्याचा आवाज आला नाही. बहुतेक तो गाढ झोपी गेला असावा.

मी बसायच्या खोलीला जोडून जो छोटा सज्जा होता– बरोबर, ज्याच्या कठड्याचा कोपरा सुंभानं बांधून ठेवला होता, तोच – त्याच्या कठड्याशी जाऊन उभा राहिलो. वारा मस्त सुटला होता. पलीकडच्या गणेशमंदिरातल्या घंटेचा आवाज वाऱ्यावरून वाहत येत होता.

माझ्या शेजारीच, अगदी त्या सुंभाला लगटून मोठा विल्कू उभा होता. म्हणत होता – ''तुला काय वाटतं? या मल्लीसारखा पोरगा – त्याचा त्रास नाही होत?''

''कुणाला? मला?''

''तुलाच असं नाही. त्याच्या आईवडिलांना – शाळेतल्या मुलांना – सगळ्यांनाच. तूच सांग. हवीयेत कशाला असली बेकार पोरं जगात?''

''विल्कू–भलतंसलतं काही करायचं नाही आपण. समजलं ना?''

''आणि तो कसाही वागला, तरी ते सहन करायचं?''

''दुसरं काय करणार आपण?''

''मी सांगतो ना काय करायचं ते.''

''मला ऐकायचं नाही. तू जा विल्कू इथून.''

''लौकरच पटेल तुला, माझं सांगणं.''

मोठ्या विल्कूचं हसणं पुसट होत गेलं. त्याअर्थी तो निघून गेला असावा. वाऱ्यावरून गणेशमंदिरातला घंटानाद मात्र ऐकू येत राहिला...

दुसऱ्या दिवशी शनिवार होता. मल्लीच्या काय मनात आलं कोण जाणे, तो म्हणाला, ''चल विल्कू. आज मी तुला मुंबई दाखवतो.''

मी आईकडे पाहिलं. ती म्हणाली, ''म्हणतोय एवढ्या प्रेमानं, तर जा.''

आम्ही दुपारीच निघालो. आईनं ''काळोख पडायच्या आत परत या,'' असं सांगितलं होतं.

मल्ली मला स्टेशनवर घेऊन गेला. ''आपण रेल्वेने जायचं.'' तो म्हणाला. ''रेल्वेनं?'' मी विचारलं. ''पण तिकीट काढायला पैसे लागतील ना?''

''आहेत माझ्याजवळ.'' मल्लीनं खिडकीतून दोन तिकिटं घेतली.

''एवढ्यात धाडधाड करत आगगाडी आली. मी आगगाडी कधी इतक्या जवळून पाहिली नव्हती. ते प्रचंड धूड पाहून आणि तो आवाज ऐकून मी तर बाबा घाबरूनच गेलो; पण ''चढ, चढ लौकर!'' म्हणत मल्लीनं मला हाताला धरून गाडीत चढवलं.

''बघ-किती छान वागतोय मल्ली.'' आम्ही गाडीत चढल्या चढल्या छोटा विल्कू माझ्या कानात म्हणाला. ''तू अगदी ऐकू नकोस मोठ्या विल्कूचं.''

चार-पाच स्टेशनं गेल्यावर मल्ली मला म्हणाला, ''आता येईल त्या स्टेशनवर उतरायचं आपण.''

मी मल्लीचा हात धरून उतरलो. गाडी धाडधाड करत निघून गेली.

स्टेशनबाहेर पडल्यावर मल्ली म्हणाला, ''आता तुला खरी मुंबई पाहायला मिळेल.''

त्यानंतर आम्ही कितीतरी वेळ निरनिराळ्या रस्त्यांमधून, गल्ल्यांमधून फिरलो. मल्ली ''हे बघ मिठाईचं दुकान,'' ''हे बघ कापडाचं दुकान'' असलं काहीबाही दाखवत होता. दुकानावरच्या पाट्या वाचून दुकानांची नावं सांगत होता; पण त्यात विशेष पाहण्यासारखं काहीच नव्हतं. असलीच, पण लहान दुकानं शहाडच्या बाजारपेठेत पण असायची. हं! इथं माणसांची गर्दी मात्र खूप होती.

असेच एका दुकानासमोर आम्ही उभे असताना मल्ली मला म्हणाला, ''तू थांब इथंच. मी आलोच. तू जाऊ नकोस हं कुठे – नाहीतर हरवशील.'' आणि तो कुठेतरी निघून गेला.

मी बावळटासारखा तिथंच उभा राहिलो. कितीतरी वेळ मल्लीची वाट पाहत. तो कुठे गेला असेल? सू करायला गेला असला, तरी केव्हाच परत यायला हवा होता. की मी उभा आहे ती जागाच त्याला सापडली नसेल? की मला 'हरवशील' म्हणताना तो स्वतःच हरवला असेल?

तासभर सहज होऊन गेला असेल– पण, मल्ली काही परत आला नाही. बहुधा तो एकटाच घरी निघून गेला असणार; पण आता मी कसा जाणार? मला

काहीच माहीत नव्हतं. ना मी कुठं आहे हे माहीत, ना घरी कसं जायचं ते माहीत.

त्यात आणखी तिथं छोटा विल्कू आला –"मी हरवलोय. त्यातनं मला जाम भूक लागलीये – आणि आता काळोखही पडणारेय." असं म्हणून तो रडायलाच लागला.

मला तिथल्या एका पायरीवर रडत बसलेला पाहून एक पोलीसकाका जवळ आला. मला वाटलं, तो आता मला पायरीवरून हुसकतो की काय? पण तो प्रेमळपणे म्हणाला, "काय झालं बाळ? रडतोयस कशाला?"

"मी हरवलोय." मी म्हटलं.

त्यानं माझी चौकशी केली; पण मला फारसं काहीच सांगता येईना.

"मी हरवलोय." एवढंच मी परत परत म्हणत राहिलो.

मग पोलीसकाकानं एक रिक्षा थांबवली. "किधर जाना?" रिक्षावाल्यानं विचारलं.

"शेवरी." एकदम उत्तर आलं. ओहो! उत्तर मोठ्या विल्कूनं दिलं होतं.

"शिवडी?"

"हां. तेच ते." मोठा विल्कू म्हणाला.

"शिवडी किधर?" रिक्षावाल्यानं पुन्हा विचारलं.

"गणेश मंदिर." मोठा विल्कू रुबाबात म्हणाला.

इतका वेळ मी यातलं काहीच कसं बोललो नाही, याचं पोलीसकाकाला आश्चर्य वाटत होतं; पण तो काही बोलणार, एवढ्यात रिक्षावाल्यानं विचारलं, "पैसा कोन देगा?"

"अरे उसके आईबापसे लेलो ना – किधर भी पोरं छोडते हैं!" एवढं बोलून पोलीसकाका निघून गेला.

रिक्षा सुरू झाली. मी मोठ्या विल्कूला विचारलं, "तुला कसा पत्ता माहीत?"

"बावळट!" मोठा विल्कू हसून म्हणाला, "परवा नाही का आपण शहाडहून आलो, तेव्हा अण्णांनी रिक्षावाल्याला सांगितला?"

... रिक्षावाल्यानं मला अगदी घरात नेऊन सोडलं. काय करणार? त्याला त्याचे पैसे वसूल करायचे होते ना.

मल्ली केव्हाचा घरी येऊन बसला होता. आई-अण्णा पोलिसात जाण्याचा विचार करत होते. मला पाहताच पुढं होऊन आईनं मला जवळ घेतलं. मल्ली कुचकटासारखं म्हणाला – "किती लांब सोडलं, तरी मांजर परत येतंच." आणि खाली खेळायला निघून गेला – बहुतेक आईच्या हातचा मार चुकवण्यासाठी.

रात्री मी असाच सज्जाच्या कठड्याशी उभा होतो, देवळातल्या घंटा ऐकत. आज काहीतरी सोक्षमोक्ष करण्यासाठी मोठा विल्कू येणार, याची मला खात्रीच

होती. त्याप्रमाणे तो आलाच.

"पाहिलंस ना? त्याला तू घरात नकोच आहेस. त्यातून आई तुझ्यावर माया करते, तुझी काळजी घेते, हे त्याला सहनच होत नाही... आज त्यानं तुला कुठंतरी रस्त्यात सोडून देण्याचा प्रयत्न केला... उद्या तो तुझं आणखीही काही बरंवाईट करील."

"मग काय करू मी?"

"मी सांगेन तसं कर. बिल्कूल हो-नाही न करता."

"काय सांगणारेयस?"

"उद्या सकाळी येईन, तेव्हा मी सांगेन ते करायचं. म्हणजे हा मल्लीचा त्रास नाहीसा होईल. आई-अण्णा तुझे एकट्याचे होतील. बिछान्यात तुला एकट्याला हातपाय पसरून –"

मला त्याचं बोलणं ऐकवेना. मी अंथरुणावर पडून झोपण्याचा प्रयत्न करू लागलो; पण झोप कुठली यायला? रात्रभर मी जागाच होतो म्हटलं तरी चालेल. एकच विचार ... काय करायचं उद्या सकाळी?

सकाळी मी सज्जात गेलो. मोठ्या विल्कूनं मला स्वयंपाकघरातली सुरी दिली. "मी शहाडच्या सवयीनं सुंभ कापून ठेवलाय. आता ही सुरी कोणाला कळणार नाही अशा रीतीनं स्वयंपाकघरात ठेवून ये."

मी सुरी ठेवून आलो. आई अजून स्वयंपाकाला लागली नव्हती. बिछान्यातच लोळून सकाळचा पेपर वाचत होती. मल्ली दूध पीत होता. अण्णा सकाळीच उठून मोठ्या मार्केटमध्ये भाजी आणायला गेले होते.

बाहेर येऊन मी मोठ्या विल्कूला म्हटलं, "आता काय करायचं?"

"काही नाही." तो म्हणाला – "खाली जायचं आणि मल्लीला मोठमोठ्यानं हाका मारायच्या. मल्ली धावत कठड्यापाशी येईल; पण कठड्यावर आता सुंभ नुसता हलकेच ठेवलाय. तो कठड्याला..."

बस्. एवढंच करायचं होतं... खाली जाऊन फक्त मल्लीला हाका मारायच्या होत्या. म्हणजे मला आई मिळणार होती. इतकी छान, प्रेमळ आई. मग मला कोणी 'आईवेगळा' म्हणणार नव्हतं.

मी शांतपणे खाली गेलो. कठड्याच्या खालीच; पण थोड्या अंतरावर उभा राहिलो, आणि जोरात हाका मारल्या – "मल्लीऽ ए मल्लीऽ."

"काय झालं रे विल्कू?" म्हणत धावतच आई आली. कठडा तुटला... आणि आई... चौथ्या मजल्यावरून थेट खालच्या फरशीवर.

तिचं शरीर वेडंवाकडं पसरलं. फुटलेल्या डोक्याभोवती रक्ताचं थारोळं जमा व्हायला लागलं.

अण्णा सतत वेड्यासारखे बडबडत असतात. "मीच तुला आणायला नको होतं. तुझा पायगुण मला माहीत होता... तुला आई लाभत नाही... मी विषाची परीक्षा घ्यायला नको होती. तुझ्यासारख्याला एखाद्या अनाथाश्रमातच ठेवायला हवं."

मल्ली नुसता गप्प बसून असतो. बहुतेक अण्णा मला कधी अनाथाश्रमात नेतात, याची वाट पाहत.

त्या दिवसापासून मोठा विल्कू परत आलेला नाही. छोट्या विल्कूला तर यायचं धाडसच झालेलं नाही.

आता मी पूर्ण एकटा आहे.

– प्रिय मैत्रीण / दिवाळी २०१५

पहिला थांबा

तो थांब्याशी येऊन उभा राहिला. एकदा त्याने उजवीकडे दूरवर नजर टाकली. बस काही दिसली नाही. ती येईल तेव्हा येईल, अशी त्याने मनाची तयारी केली असावी; कारण पुन्हा काही त्याने त्या दिशेला पाहिलं नाही. तो आपल्याच विचारात.

नाही, तो आपल्याच विचारात गढून गेला नाही. त्याच्या मनात कसलेच विचार येत नव्हते. मन जवळजवळ रिकामेच होते म्हटले तरी चालेल. भोवतीच्या त्या कुंद वातावरणाची त्याला जाणीव होती. नाही असे नाही; पण काहीतरी जाणवत होते इतकेच! त्या जाणिवेमागे विचार नव्हता!

थांबा जवळजवळ निर्जन ठिकाणी होता.

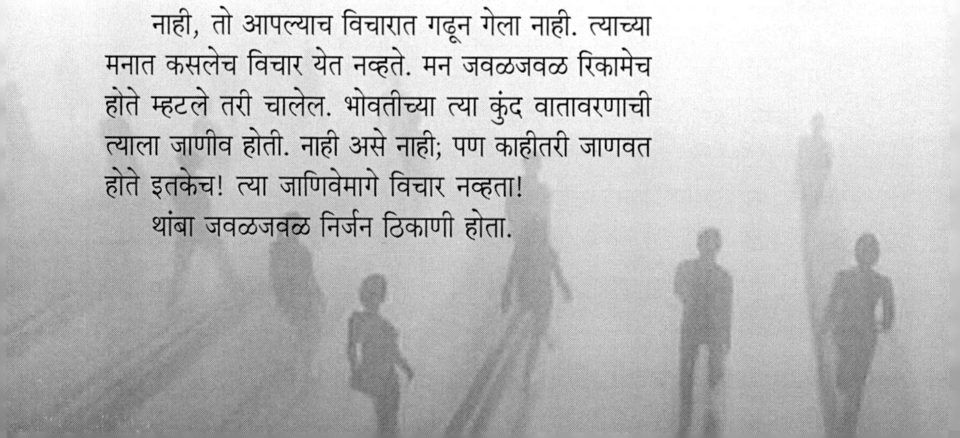

आजूबाजूला वस्ती नव्हती. जी काय पाच-दहा घरं होती, ती दूरवर; आणि आताच्या या धूसर वातावरणात तीदेखील दिसेनाशी झाली होती.

मग होती कशावरून? ठीक आहे, नसतीलही.

झाडांचं तेच. फार उंच झाडं नसतील; पण झाडी असेलच. तीही दाट असू शकते; पण आता तीदेखील वातावरणात मिसळून गेली होती. एका मळकट करड्या निसर्गचित्रावरचे मोठमोठे काळसर डाग! त्यांनाच झाडीझुडपे म्हणायचे, तर म्हणावे!

सडक नव्हतीच. मग मातीचा रस्ता तरी होता का?... असावा; कारण जमीन म्हणून काहीतरी असणारच! आणि तिथे अधेमधे उठलेले फराटे– ते काय अधूनमधून पसरलेले डबकीसदृश पाणी म्हणायचे? पण तिथे पाणी तरी कुठून येणार? पाऊसबिऊस काही पडला नव्हता. वातावरण अगदी ढगाळ होतं. आकाश नुसतं भरून आलं होतं, एवढंच! पावसाची एकसुद्धा सर गेल्या कित्येक दिवसांत पडलेली नव्हती. पडेल अशी शक्यताही नव्हती. का पडावा पाऊस? दिवस काही पावसाळ्याचे नव्हते!

तरीही सगळीकडे अगदी कुंद वातावरण होतं. प्रकाश मंद होता. दिवसाचा कुठला प्रहर आहे हेही कळणार नाही, असा. विशेष म्हणजे, गेल्या कित्येक तासांत तो बदलला नव्हता. ऊन तर नव्हतंच; पण अंधारत जातंय असंही काही नव्हतं. जणू काही तो मंद प्रकाश जसाच्या तसाच कायम राहणार होता. निदान आतापर्यंत तरी कायम राहिला होता. त्या प्रकाशाने एक निसर्गचित्र असं अनिश्चित रूपरेषाविहीन करून टाकलं होतं.

या धूसर निसर्गरचनेतच तो थांबा उभा होता.

थांबा होता बसचाच; पण शहरी बसथांब्यासारखा नव्हता. त्याला एक पत्र्याचं छप्पर होतं– टपरीला असतं तसं. एवढंच नाही, तर त्याला लागूनच पाठीमागे एक पडवीवजा खोली होती. तिचं दार लोटलेलं होतं. आत कोणीही नव्हतं.

वातावरण पूर्ण नि:शब्द होतं. कसलाही आवाज नव्हता. अगदी एखाद्या पक्ष्याचाही नाही. कसली हालचालही नाही. एक पुसून टाकल्यासारखं अस्पष्ट सृष्टीचित्र... बस!

अचानक तिथे हालचाल दिसू लागली. एक तरुण थांब्याच्या दिशेने येऊ लागला.

थांब्याजवळ येत होता, म्हणजे बहुधा त्याला बसने जायचं असावं; पण त्याच्या हातात प्रवासाचं सामान नव्हतं. किंबहुना, काहीच नव्हतं. अगदी पिशवी, पाकीट, पर्स, असलं किरकोळही काही नव्हतं. त्याचे हात रिकामेच होते. त्याच्या स्वत:मध्येही लक्षात राहण्यासारखं फार काही नव्हतं. एक सर्वसामान्य तरुण

होता तो!

काही वेळ असाच गेला. बस आली नाही. तरुणाने मनगटावरच्या घड्याळाकडे पाहिलं नाही; कारण त्याच्या मनगटावर घड्याळ नव्हतं. तो शांतपणे थांबून राहिला. बसची वाट पाहत.

दूरवर आणखी एकजण येताना दिसला. त्या निर्मनुष्य ठिकाणी आणखी एक माणूस आपल्या सोबत आला, याची तरुणाला जाणीव झाली. तो थोडा सुखावला.

सावकाश, आपल्याच गतीने चालत हा दुसरा माणूस येत होता. थोड्याच वेळात तो थांब्यापाशी येऊन पोहोचला.

माणूस बऱ्यापैकी जाडजूड होता. अगदी 'प्रस्थ' म्हणावे इतका. त्याच्या हातात प्रवासाचं सामान नव्हतं. किंबहुना, झिप् बॅग, लॅपटॉप असंही काही नव्हतं. त्याचे हात रिकामेच होते.

थांब्याशी येऊन तो तरुणापासून काही अंतरावर उभा राहिला. किंचित अनिच्छेने. जसं काही तरुणाला वाटलं, की कसाही असला, तरी प्रवासात सोबत तर झाली; आणि 'प्रस्था'ला वाटले असावं, की बस आपल्या एकट्यासाठी असणार होती. तिच्यात आणखी एक वाटेकरी झाला. अर्थात, असं वाटलंच असेल असंही नाही; कारण तरुणाप्रमाणेच 'प्रस्था'च्याही मनात विचार येत नव्हते. मात्र, जाणीव ही होतीच.

तरुणाने 'प्रस्था'कडे पाहिलं. मग अधिक लक्षपूर्वक पाहिलं. तरीही त्या अंधूक प्रकाशात त्याला 'प्रस्थ' कसा दिसतोय हे नीटसं समजलं नाही. म्हणजे त्याचं आकारमान लक्षात आलं; पण नाक-डोळे नीटसे दिसले नाहीत. 'प्रस्था'चंही तेच झालं. आपल्यापासून काही एका अंतरावर एक सर्वसाधारण आकारमानाचा तरुण उभा आहे, एवढ त्याला कळलं; पण प्रकाश अंधूक असल्यामुळे म्हणा की आणखी कशामुळे; पण त्याला तरुणाचा चेहरा नेमका कसा आहे हे काही समजलं नाही. असं होताहोताच त्यांना दोघांनाही असं जाणवलं, की आपण या दुसऱ्याला कुठेतरी पाहिलेलं आहे. ती भावना दोघांनाही चाटून गेली, एवढंच. तिचं रूपांतर विचारात झालं नाही. त्यामुळे कोठे पाहिलं, कधी पाहिलं, असा विचार काही त्यांनी केला नाही. दोघांनीही.

काही वेळ असाच गेला. तरुणाला काहीतरी बोलणं काढायचं होतं; पण काय काढणार? संबंधच नाही तर बोलणार काय? आणि संबंध येणार कसा? त्यासाठी नाव विचारण्यापासून सुरुवात हवी; पण त्या 'प्रस्था'ला त्याचं नाव विचारणंही आगाऊपणाचं वाटलं तर?... बाकी जे काही घडत होतं,ते दोघांनाही

माहीतच होतं. म्हणजे, तरुण थोडा आधी आला, 'प्रस्थ' नंतर आला... दोघांनाही बसने जायचं आहे... बस अजून आलेली नाही... केव्हा येईल माहीत नाही, इत्यादी इत्यादी. जे दोघांनाही ठाऊक आहे, त्यासंबंधात प्रश्नोत्तरं कशी होणार?

म्हणूनच दोघंही गप्प राहिले. तरुणाला बोलायचं असून...आणि 'प्रस्था'ला तर बोलण्याची फारशी इच्छा नसावीच!

'प्रस्थ' मग थांब्यामागच्या घराशी गेला. (पडवीच ती, पण भिंत होती, दार होतं म्हणून 'घर' म्हणायचं!) त्याने दार ढकललं. तो आत गेला.

तरुणाला वाटलं, की आपणही त्याच्याबरोबर आत जावं!... पण, त्याच्याशी मैत्रीचे संबंध तयार करावेत की नाही, हे काही ठरत नव्हतं. मात्र आत जाऊन काय आहे ते पाहावं, असंही त्याला वाटत होतं; आणि त्याच वेळी हेही जाणवत होतं, की आत काहीच असणार नाही. माणूस तर नाहीच; कारण असतं कोणी, तर ते इतक्या वेळात उठून बाहेर आलं असतं! पण आत वस्तूबिस्तूदेखील नसाव्यात. त्याला असं का वाटलं कोण जाणे; पण वाटलं खरं. आणि तिथे जे नाही, ते पाहून यावं, असंही वाटलं, हे तितकंच खरं!

'प्रस्थ' आत गेला असतानाच एक गोष्ट घडली. आणखी एक जण येताना दिसू लागला. आणखी एक माणूस बससाठी थांबायला येतोय ही माहिती आपल्याला आहे; आणि जागेवर हजर नसल्यामुळे 'प्रस्थ'ला ती नाही, याचा तरुणाला एक विशेष आनंद झाला; पण तो फार काळ टिकला नाही; कारण 'प्रस्थ' तेवढ्यात बाहेर आला आणि तो येणारा माणूस त्याच्या दृष्टीला पडलाच!

माणूस चार माणसांसारखाच होता. अगदी फाटका नाही; पण तसा लुकडाच. त्याच्याही हातात प्रवासाचं सामान नव्हतं. अगदी काहीच– एखादी झोळी किंवा कापडी पिशवी नाही, तर काठी किंवा छत्री असं काहीसुद्धा नव्हतं. त्याचे हात रिकामेच होते.

मात्र, त्याला पाहून तरुणाला थोडा धीर आल्यासारखं झालं. इतका वेळ आपण आणि ते 'प्रस्थ' हा संयोग थोडासा विषम वाटत होता. त्यामुळे बोलायचा देखील धीर होत नव्हता; आता हा लुकडा माणूस आपल्या जोडीला असला, की आपलं दोघांचं मिळून का होईना, पण पारडं 'प्रस्थ'च्या तुलनेत जड होईल, या जाणिवेने त्याला बरं वाटलं. आता हा लुकडा माणूस आपली बाजू घेईल, असं तरुणाला, तो थांब्यावर पोहोचायच्या आधीपासूनच का वाटलं कुणास ठाऊक! पण वाटलं खरं आणि त्यामुळेच तो बोलू लागला, हेही तितकंच खरं!

त्याने 'प्रस्थ'ला विचारलं, ''आत काय आहे? पाहून आलात ना?''

'प्रस्थ' काहीच बोलला नाही. त्याने फक्त तरुणाकडे त्रासिकपणे पाहिलं. त्याचा अर्थ, आत काहीही नाहीये; आणि हे तुलाही माहितेय. मग उगाच कशाला

मला बोलायला लावतोयस?

तरुणाने परत काही विचारलं नाही.

एवढ्यात तो लुकडा माणूस तिथे येऊन पोहोचला.

तरुणाने आणि 'प्रस्था'ने त्या लुकड्या माणसाला न्याहाळलं; पण अंधूक उजेडामुळे की आणखी कशामुळे, पण त्यांना त्याचा चेहरा नीटसा समजला नाही. अर्थातच, लुकड्यानेही त्या दोघांना पाहिलं; पण त्यालाही त्यांचं रूप नीटसं कळलं नाही; मात्र तरुणाला आणि लुकड्याला, दोघांनाही जाणवलं, की आपण एकमेकांना कुठेतरी पाहिलं आहे! कदाचित हा भासच असेल असंही त्यांच्या त्याच वेळी मनात आलं.

आणि याच क्षणी, त्या नीरव शांततेला भेदून गेला गोळीबाराचा धडधडाट! एक-दीड मिनिट धाड्...धाड्...धाड् गोळ्या सुटल्या आणि तो आवाज थांबला... मग एकदम लोकांचा गलका... त्यानंतर ते सारे आवाज सुरू झाले, तसेच अचानक बंद झाले आणि पुन्हा वातावरण नि:शब्द झालं.

'प्रस्थ' एकदम दचकला.

तिघांनीही एकमेकांकडे पाहिलं. आपल्याला झाला तोच भास दुसऱ्यालाही झाला, हे त्यांच्या लक्षात आलं. म्हणजे भासच; पण तो झाला, हे पक्के झाले.

मग तिघंही शांतपणे बसची वाट पाहू लागले.

"बस कधी येईल काहीच सांगता येत नाही." शेवटी लुकडा म्हणाला.

यावर काय बोलावं हे तरुणाला कळेना. काही क्षणांच्या शांततेनंतर त्याने विचारलं,"पण येईल हे तरी नक्की ना?"

यावर लुकड्याने उत्तर दिलं नाही. त्यांचं – आधी उत्तर आणि मग प्रश्न – असं उलटं बोलणं, ज्यातून काहीच नवीन माहिती मिळत नाही, असं किती निरर्थक आहे, अशा नजरेने 'प्रस्था'ने त्यांच्याकडे पाहिलं; पण या वेळेस तरुणाने तिकडे दुर्लक्ष केलं. नाउमेद होण्याचे कष्ट त्याने घेतले नाहीत.

थोड्या वेळाने लुकडा तरुणाला म्हणाला, "तू कुठे जाणारेयस?"

या प्रश्नाचं उत्तर तरुणाच्या तोंडावर होतं; पण ते चटकन त्याच्या जिभेवर येईना. थोडा विचार केल्यासारखं करून तो म्हणाला, "मी आईवडिलांकडे जाणारेय. काही वर्षांपूर्वी आमची ताटातूट झाली. त्यांना कधी एकदा भेटतो असं झालंय मला."

"काय होईल त्यांना भेटून?" अनपेक्षितपणे 'प्रस्था'ने विचारलं.

"खूप आनंद होईल मला." तरुण म्हणाला.

"आनंद...हूं!" 'प्रस्था' ने मान फिरवली. हसू लपवण्याचा प्रयत्न केल्यासारखं केलं.

त्याचा हा शिष्टपणा लुकड्याला आवडला नाही. त्याने विचारलं, "आणि तुम्ही असे कुठे जाणार आहात?"

"गरज काय तुला सांगायची?" 'प्रस्थ' आखडूपणे म्हणाला. काही क्षणांनी स्वत:च बोलता झाला... "मी शेतकऱ्यांमध्ये जाणारेय. त्यांना कृषिवर्धनाचे नवे मार्ग दाखवणारेय. मी हे केवळ स्वत:च्या आनंदासाठी करणार नाही... देशाच्या विकासासाठी करणारेय. तिथेच निघालोय मी."

आपल्या बोलण्याचा इतर दोघांवर काय परिणाम झालाय हे पाहण्यासाठी त्याने दोन्ही बाजूंना मान फिरवली. अंधूक प्रकाशामुळे त्याला त्यांच्या चेहऱ्यावरचे भाव दिसले नाहीत; आणि त्यांनी तोंडातून चकार शब्दही काढला नाही. त्यांच्या या उद्धटपणाचा 'प्रस्था'ला राग आला; पण तो दाखवणं कमीपणाचं झालं असतं.

काही वेळ तिथे गाढ शांतता पसरली.

मग तरुण लुकड्याच्या जवळ गेला आणि त्याने प्रेमळपणे विचारलं, "तू कुठे जाणारेयस?"

लुकडा म्हणाला, "मी माझ्या आनंदाच्या ठिकाणी जाणारेय. मला रंग खुणावताहेत. नानाविध रंगांच्या लाटा उसळताहेत, असं ठिकाण आहे ते. किनाऱ्यावर उभं राहिलं, तरी त्या रंगांचे शिंतोडे अंगावर उडाल्याखेरीज राहणार नाहीत; पण मी पुढे जाईन. त्या रंगात न्हाईन. चित्रंच चित्रं काढीन. तुला खरं नाही वाटत?"

"वाटतं ना! इतकं मनापासून सांगितलंस तू. मग खरं न वाटायला काय झालं? मी काही त्या... त्याच्यासारखा नाही. दुसऱ्याला मूर्ख ठरवून स्वत:लाच शहाणा समजणारा!" तरुण म्हणाला.

आणि अचानक पुन्हा एकदा गोळीबाराचा आवाज झाला... धाड्... धाड्...धाड्... कानठळ्या बसवणारा आवाज... अचानक तो थांबला आणि मग सुरू झाला लोकांचा गलका...

काही क्षणांनी गलका थांबला. पुन्हा एकदा शांतता पसरली.

त्या दोघांनी 'प्रस्था'कडे पाहिलं. तो थरथरू लागला होता.

"बरं वाटतंय ना तुम्हाला?" तरुणाने विचारलं.

"हो, चांगलं वाटतंय." 'प्रस्थ'खेकसला. " न वाटायला काय झालं?"

"नाही, थरथरताय म्हणून म्हटलं." तरुण म्हणाला.

"मघाशीदेखील... तो आवाज झाला तेव्हा तुम्ही दचकलात." लुकडा म्हणाला.

"फार शहाणे आहात तुम्ही. मला भित्रा ठरवताय?" 'प्रस्थ' ओरडला. "काही अक्कल आहे की नाही तुम्हाला? कोणासमोर काय बोलताय?"

तरुण आणि लुकडा, दोघंही काहीच बोलले नाहीत; पण स्वत:शीच हसले.

त्यामुळे 'प्रस्थ'चा अधिकच जळफळाट झाला.

"तुमच्या नादी लागण्यात काही अर्थ नाही." असं म्हणून तो 'घरा'त शिरला आणि त्याने दरवाजा लावून घेतला.

दोघंही काहीच न बोलता निमूट बसून राहिले; पण दोघांच्याही मनात एकच भावना होती. 'प्रस्थ' फारच उद्धट आहे ... शिष्ट आहे... तो स्वत:ला फार श्रेष्ठ समजतो आणि आपल्याला क:पदार्थ...

त्यांच्या संतापाला शब्दरूप दिलं ते गोळीबाराच्या आवाजाने. तेच धडाधड एकामागून एक झालेले बार... तोच लोकांचा गलका...

सारं शांत झाल्यावर लुकडा तरुणाला म्हणाला, "आपण काहीतरी करायला पाहिजे."

"हो." तरुण म्हणाला, "साल्याची मस्ती उतरवायला पाहिजे."

अधिक काही न बोलताच त्यांनी पुढचा बेत ठरवला. प्रत्यक्ष शब्द न वापरता. मनांच्याच संवादातून.

मग ते उठले आणि घराच्या दिशेने निघाले. 'प्रस्थ' ला बुकलून काढण्यासाठी. तरुण पुढे आणि लुकडा त्याच्या मागे.

तरुणाने दार ढकललं. मग तो आत गेला. त्याच्यापाठोपाठ लुकडा. तरुणाने वळून लुकड्याकडे पाहिलं.

खोली पूर्ण रिकामी होती.

पिस्तुलाचा धडधडाट पुन्हा एकदा ऐकताना 'प्रस्थ'च्या जिवाचं पाणी पाणी झालं होतं. त्याला कसलीतरी अनामिक भीती वाटू लागली होती. त्या भीतीचा संबंध त्याच्या मनाने बाहेर उभ्या असलेल्या दोघांशी लावला. आपण त्यांना त्यांची जागा दाखवून देतो, हे त्यांना फारसं आवडलेलं नाही... मनात आणलं तर ते दोघं एकजूट करून आपल्यावर हात उगारू शकतील. दिसतात सिंगल फसली; पण आपल्याला भारी ठरतील... त्यातला तो लुकडा पक्का कारस्थानी दिसतो... आणि तो तरुण तर त्याचं ऐकायला तयारच असतो... दोघं मिळून काय करतील याचा नेम नाही...

खरं तर 'प्रस्था'ने त्या दोघांविषयी असं मत करून घ्यावं, एवढं काही घडलंच नव्हतं; पण कशामुळे कोण जाणे, 'प्रस्था'ला हे सारे जाणवलं एवढं खरं. चक्रीवादळात सापडलेलं पान जसं गिरक्या घेत घेत जमिनीपासून खूप उंचावर जातं, तशी त्याची भीती उगाचच कुठेच्या कुठे गेली...

त्याने खोलीत इकडे-तिकडे नजर टाकली. पाठीमागच्या बाजूला एक लहानशी बिनगजाची खिडकी होती. तिची झडप बंद होती; पण कडी लावलेली नव्हती.

त्याने थोडा जोर करून ती ढकलली. उघड्या खिडकीत अंगाचं कसंबसं मुटकुळं करून तो बसला आणि मग अंदाज घेऊन त्याने सावकाशीने खाली उडी टाकली. झडप परत लावून घ्यायला तो विसरला नाही...

बाहेर थोडासा उतार होता. त्या उतारावरून खाली येऊन तो चालू लागला. वाट अशी नव्हतीच; पण दगडधोंडेही नव्हते, खडबडीत पण एकसारखी अशी ती जमीन होती. उंचसखल नव्हती; आणि ते बरेच होते; कारण त्या अंधूक उजेडात पायाखालचं फार काही दिसत नव्हतं.

घाईघाईने (म्हणजे जितपत शक्य होतं तितपत घाईने) वाट चालता चालता 'प्रस्थ' एकदम थबकला.

त्याची वाट अडवून कुणीतरी उभं होतं.

'प्रस्थ' भलताच दचकला. घाबरलादेखील.

समोरची व्यक्ती बऱ्यापैकी आडमाप होती. ती कशी दिसत होती, हे काही त्याला कळलं नाही; मात्र तिच्या डोक्यावरचे चंदेरी, रेशमी, कुरळे केस, न्यायाधीशाच्या डोक्यावरच्या टोपासारखे दिसताहेत, एवढं त्याला जाणवलं.

मृदू पण भारदस्त आवाजात त्या व्यक्तीने त्याला विचारलं, "कुठे निघाला आहेस?''

तो गोंधळला. खरंच... कुठे निघालो आहोत आपण?

"कुठे असं नाही.'' तो तोंडातल्या तोंडात पुटपुटला. "पण त्या दोघांपासून... दूर...''

"पण तुझी बस चुकली म्हणजे?'' व्यक्तीने विचारलं.

"तेही खरंच.'' 'प्रस्थ' केविलवाणेपणाने म्हणाला.

"बस चुकून चालणार नाही. दुसरी बस, कोण जाणे कधी येईल.''

"पण मला त्यांची भीती वाटते.''

"त्यांच्यापासून तुला आता काहीही भीती नाही.'' व्यक्तीने आश्वासकपणे सांगितलं.

"बसमध्येदेखील ते माझ्या बरोबर असतील?'' त्याने काळजीने विचारलं. मघाचा त्याचा शिष्टपणा आता कुठच्या कुठे गेला होता. (म्हणा, मघाही तो त्या दोघांना दाखवण्यापुरताच होता. ते आपल्यापासून दूर राहावेत म्हणून. म्हणजे त्याचं कारणदेखील भीती हेच असणार!) "सांगा ना. बसमध्ये ते मला... काही करणार नाहीत ना?''

"मी सांगितलं तुला, आता तुला त्यांची भीती वाटण्याचं कारणच शिल्लक उरलेलं नाही... खरं तर तुला वाटतंय ती खरीखुरी भीती नाही. ती आहे भीतीची... मागे राहिलेली छाया!''

व्यक्तीच्या बोलण्याचा अर्थ 'प्रस्थ'ला समजला नाही. भीतीची छाया म्हणजे काय? तो तसाच गोंधळून उभा राहिला.

''आता इथे थांबू नकोस. परत जा.'' व्यक्तीने आदेश दिल्याप्रमाणे ठाम सांगितलं. ''बस चुकवून मुळीच चालायचं नाही.''

'प्रस्थ' मागे फिरला आणि थांब्याच्या दिशेने चालू लागला.

इकडे-तिकडे नजर टाकताना, लगेच ती बंद झडपेची खिडकी त्या दोघांच्या लक्षात आली.

लुकड्याने दिवा लावला.

तरुणाने झडप ढकलली. ''आयला, एवढ्या छोट्या खिडकीतून तो पळाला असं समजायचं?''

''नाहीतर काय. इथल्या इथे तो अंतर्धान तर पावला नाही?'' लुकडा म्हणाला.

एवढ्यात खिडकीतून बाहेर पाहणाऱ्या तरुणाला दूरवर काहीतरी दिसलं. त्या अंधूक प्रकाशातही त्याने 'प्रस्था'ला ओळखलं.

''तो बघ, तिकडे चाललाय.'' तो ओरडला. ''पण दूर जातोय की परत येतोय ते कळत नाहीये.''

''परत येतोय.'' नीट पाहून लुकडा म्हणाला.

''आता सोडायचा नाही त्याला.'' तरुण म्हणाला.

''जाऊ दे, त्याच्या नादात बस चुकायची.''

लुकड्याने असं म्हटल्यानंतर दोघंही 'घरा'बाहेर आले. लुकड्याने दरवाजा लावून घेतला. कडीही ओढून घेतली.

दोघं सरळ येऊन थांब्यावर उभे राहिले. पुन्हा बसची वाट पाहू लागले.

थोड्या वेळाने दरवाजा आतून ठोठावला जाऊ लागला. त्याच्याबरोबर ''दार उघडा, दार उघडा!'' अशी 'प्रस्था'ची बोंबाबोंबही.

''हा इतका निर्बुद्ध असेल असं वाटलं नव्हतं!'' लुकडा म्हणाला, ''त्याला, घराला वळसा घालून नाही का येता येणार?''

दोघं पुन्हा दरवाज्यापाशी गेले.

तरुणाने कडी काढली. 'प्रस्थ' दारातच उभा होता. तरुणाने त्याच्या पोटात एक जोराचा ठोसा मारला, तसा 'प्रस्थ' कळवळून खाली पडला. लुकड्याने त्याची गचांडी पकडून त्याला उचललं आणि त्याच्या नाकावर ठोसा मारून त्याला पुन्हा खाली ढकलून दिलं. तरुणाने त्याला लाथा मारायला सुरुवात केली.

इतक्यात दाराशी आवाज आला. त्या दोघांनी 'प्रस्था'ला मारणं थांबवून वळून पाहिलं.

एक व्यक्ती दारात उभी होती.

व्यक्ती आडमाप बांध्याची होती. तिचं रूप त्या दोघांना नीटसं दिसलं नाही; पण केस मात्र चंदेरी, रेशमी, कुरळे असे एखाद्या न्यायाधीशाच्या डोक्यावरच्या टोपासारखे आहेत, असं लक्षात आलं.

व्यक्तीने हसत हसत म्हटलं, "त्याला मारून काय उपयोग. त्याच्या देहाला वेदना थोड्याच होतायत?"

"मग तो विव्हळतोय का?" लुकड्याने विचारलं.

"आपल्याला वेदना होत असतील अशा कल्पनेने. तुमचा मारण्याचा पवित्रादेखील त्याच्या मनात भीती निर्माण करतोय."

त्या दोघांना नीट काही समजलं नाही; पण लुकड्याला किंचितसं कळलं. 'प्रस्था'च्या शरीराला जर खरोखरच काही होत असतं, तर ठोसा बसलेल्या नाकातून रक्त नसतं का आलं?

"... आणि तुम्ही तरी त्याला का मारताय हे मी विचारू?" व्यक्ती.

त्या दोघांच्या मनातला गोंधळ अधिकच वाढला.

"तो चांगला नाही. आम्हाला तो आवडत नाही." तरुण म्हणाला.

"एवढं पुरेसं आहे या हल्ल्यासाठी? कोणाला वाटेल तुमचं-त्याचं जुनं वैर आहे... पण खरं तर तुमची-त्याची ओळख आत्ताची, या थांब्यावरचीच आहे. होय ना?" व्यक्तीने विचारलं.

दोघांनीही जमिनीकडे पाहत मान हलवली.

"मग हे वैर नसून हीसुद्धा वैराची छायाच आहे का?" 'प्रस्था'ला आता आवाज फुटला.

"बरोबर आहे." व्यक्ती म्हणाली. "तू बुद्धिमान आहेस ... मी मघाशी भीतीच्या छायेविषयी तुला सांगितलं, तसंच आहे हे. खरं वैर नाही... नुसती वैराची मागे राहिलेली छाया!"

"मग खरं वैर कुठलं?" लुकड्याने विचारलं.

व्यक्तीने उत्तर दिलं नाही. "बस येण्याची वेळ झाली." एवढंच इशारावजा सांगून ती पुढे निघून गेली.

तिघं एकमेकांकडे पाहत राहिले.

व्यक्ती 'घरा'त गेली आणि फोनवर बोलू लागली. (अर्थात तिच्या हातात किंवा गळ्यात कसलंही 'इन्स्टुमेन्ट' नव्हतं.) संबंधित व्यक्तीशी. बहुधा अधिक वरच्या पदावरच्या; कारण ती त्या पलीकडच्या व्यक्तीला नम्रपणे फक्त रिपोर्ट देत होती.

"आणखी पाच मिनिटांत या थांब्यावर बस येईल...

सर्व काही नियंत्रणाखाली आहे, सर...

मी तीन पॅसेंजर्स पाठवतोय...

तिघंही काल रात्री हॉटेल मॅरियटमध्ये प्रेस कॉन्फरन्स चालू असताना मंत्र्यांवर झालेल्या हल्ल्यातले आहेत...

मंत्री, त्यांच्यावर झालेल्या गोळीबारात तिथल्या तिथेच मरण पावलेले आहेत. दुसरा, त्यांच्यावर एकापाठोपाठ एक गोळ्या झाडणारा तरुण, ज्याने पळून जाण्याचा प्रयत्न केला; पण सुरक्षा रक्षकांपैकी एकाच्या गोळीला बळी पडला तो ...

तिसरा, भ्रष्टाचारी मंत्र्याच्या विरोधात कट रचणारा, ज्याला त्याच्या निवासस्थानी जाऊन गोळ्या घालण्यात आल्या तो ...

तिघंही या गोळीबारानं एकमेकांशी जोडले गेलेयत, सर...

तिघंही अजून नॉर्मल झालेले नाहीत, सर...

अजून त्यांच्या मनात मोठ्या प्रमाणात द्वेष आहे, हिंसा आहे, भीती आहे.

काळजीचं कारण नाही, सर. हा पहिलाच थांबा आहे. चार बसेस बदलल्यानंतर जेव्हा ते अंतिम स्थानापर्यंत पोहोचतील, तोपर्यंत ते पूर्ण शुद्ध झालेले असतील...

सर्व काही नियंत्रणाखाली आहे...

आणखी एक सर, धार्मिक संघर्षात प्राणांना मुकलेली सतरा माणसं पुढच्या बसनं पाठवतोय... दोन्ही धर्मांची मिळून सतरा, सर. अर्थात, आत्ताच त्यांच्यातली धर्मभावना पुष्कळच कमी झालेली असेल... उरली असेल ती धर्मवैराची छाया! ... तीन बसेस बदलाव्या लागतील त्यांना...

रिपोर्टिंग ओव्हर, सर."

जरी थांब्याच्या आसपासच्या वातावरणात कुठला अमुक एक असा प्रहर नसला, तरी आता थोडं अंधारल्यासारखं वाटू लागलं होतं. तरुण, प्रस्थ आणि लुकडा, मधलं सारं विसरून आता एकमेकांच्या जवळ बसले होते. तिघांनाही गोंधळल्यासारखं झालं होतं. तरीही थोडंफार मोकळं वाटत होतं. मनातली काही अभ्रं दूर झाल्यासारखं वाटत होतं; पण हे सारं काय होतंय, हे मात्र पूर्णपणे लक्षात येत नव्हतं. तिघंही गप्प बसून होते.

काही अंतरावर एकदम धुरळा उठल्यासारखं दिसलं. एक प्रचंड ढगच तयार झाल्यासारखा दिसला. थांब्याच्या जवळ येता येता तो आकाराने वाढतच चालला. त्याच्यात उजेडाचे दोन ठिपके लखलखत होते. अगदी जवळ येताच तो ढग विरत गेला. उजेडाच्या ठिपक्यांचे दोन प्रखर दिवे झाले आणि कसलाही आवाज

न करता एक अनिश्चित रंगाची बस अलगद येऊन थांबली.

बसमधून कंडक्टर खाली उतरला.

ते तिघं एखाद्या अदृश्य शक्तीने बोलवावे, तसे पुढे आले.

कंडक्टरने खुणावताच बसमध्ये चढले.

त्यांच्यामागून कंडक्टरही चढला. त्याने घंटी वाजवली. बस सुरू झाली.

'घरा'त बसलेली व्यक्ती लोटलेल्या दरवाज्याच्या उघड्या भागातून बाहेर पाहत होती...

त्या अंधूक प्रकाशात ती अनिश्चित रंगाची चालती बस मिसळून गेली...

तिचे पाठीमागचे दिवे काही वेळ दिसत राहिले... आणि मग अनंतात विरून जावे तशी ती बस दिसेनाशी झाली...

थांब्यावर आता कुणीच नव्हतं. मुळातच नीरव असलेली ती जागा आता एकदमच शांततेत गुरफटून गेली.

आता अधिकच अंधारून आलं.

एवढ्यात दूरवर काहीतरी हालचाल दिसली.

काही आकृती पुढे येत होत्या.

अंधारात त्या दिसणं तसं कठीणच होतं. अधूनमधून तर त्या एकमेकांत मिसळल्यासारख्याच वाटत होत्या.

आता, थांब्याच्या थोडं जवळ आल्यानंतर त्या थोड्याफार स्पष्ट दिसू लागल्या...

'घरा'च्या अर्धवट उघड्या दारातून आतला प्रकाश थोडाफार बाहेरच्या थांब्यावर पडत होता. त्या प्रकाशात त्या आकृती आता खूपच स्पष्ट दिसू लागल्या.

ते एकूण सतरा जण होते.

त्यांच्यापैकी कुणाच्याच हातात प्रवासाचं सामान नव्हतं.

पिशवी, झोळी, लॅपटॉप, ब्रीफकेस, काठी, छत्री असं काहीकाहीच नव्हतं.

त्यांचे हात रिकामेच होते.

आणि चेहरेही – त्यांची रूपे समजू शकणार नाहीत असे पुसटलेले होते.

– इत्यादी/दिवाळी २०१०

भाऊ

दुपारी बाराची टळटळीत वेळ. सकाळचे पेशंट्स बघून झाले होते. डॉक्टरांच्या डिस्पेन्सरीमागेच त्यांचं छोटेखानी हॉस्पिटल होतं. तिथे एकदा राउंड मारून मग जेवायला वर घरीच जायचं असा डॉक्टरांचा विचार होता. एवढ्यात शिरू सांगत आला – सदावर्ते आलाय. डॉक्टरांच्या कपाळावर लहानशी आठी उमटली. सदावर्ते कसलं काम घेऊन आला असेल कोण जाणे! दंगलग्रस्तांच्या कॅम्पमध्ये मदतकार्य करणाऱ्या सदावर्तेची त्यांना थोडी भीतीच वाटायची.

"त्याला म्हणावं, मी–." एवढं ते म्हणतायत तोवर सदावर्ते हजर. सदा उत्साही. हसतमुख. "बरे भेटलात!" आल्या आल्या तो गडबडीने म्हणाला. "म्हटलं जेवायला

गेला असलात तर पंचाईत!''

"अजून हॉस्पिटलची राउंड व्हायचीय माझी.'' डॉक्टर म्हणाले आणि वळले. "थांबा. थांबा.'' सदावर्ते म्हणाला. "आधी काम तर ऐकून घ्या.''

"लौकर बोल.''

"कॅम्पात रोज एक फेरी मारायची. तुमच्या सोयीनं कधीही. नाही म्हणूच नका. फार गरज आहे तिथं. लहान मुलं आहेत. बायका आहेत. कुणाला बरं नसेल त्याची तपासणी करायची. थोडी औषधं बरोबर ठेवा. वेगळी काही लागतील, ती नंतर हा शिरू घेऊन जात जाईल.''

"मी नाही जाणार. मला भीती वाटते!'' शिरू म्हणाला.

"भीती कसली?''

"ते सगळे मुसलमान आहेत ना?''

"मग ते काय खातात तुला? अरे, आपल्यासारखीच माणसं आहेत ती. तुझ्यासारखी कितीतरी मुलं आहेत तिथं. दयनीय परिस्थिती आहे त्यांची. धड खायला नाही, ल्यायला नाही. आंघोळीचे हाल. संडासाचे हाल, दीडदोनशे माणसं कशीबशी राहताहेत जुन्या शाळेमध्ये. त्यांना मदत करायला हवी आपण. तर तूच उलट घाबरतोस? मग डॉक्टर, कधी येता? आज संध्याकाळी?''

"संध्याकाळी? माझा दवाखाना कोण संभाळेल?''

"हा शिरू आहे ना? तुम्ही नसलात की तुमच्या खुर्चीवरसुद्धा जाऊन बसतो तो.'' सदावर्ते हसत हसत म्हणाला. "दवाखाना संपल्यावर या म्हटलं असतं; पण तिथं लाइटची पंचाईत आहे. चाळीस पॉवरचे फक्त चार बल्ब लावलेयत.''

"बरं, आज पाच वाजता येऊन जाईन आणि रोज सकाळी येत जाईन नऊ वाजता.''

"थँक यू, डॉक. मला माहीतच होतं तुम्ही नाही म्हणणार नाही!''

"तुझं परोपकारावरचं लेक्चर ऐकण्यापेक्षा आधीच हो म्हटलेलं बरं! स्वत: नसते उद्योग करा न् आम्हाला त्यात गुंतवा!''

सदावर्ते मोठ्यानं हसला आणि चालू पडला. त्याच्या पाठमोऱ्या आकृतीकडे पाहताना डॉक्टरांच्या मनात आलं – या सद्यासारखी, नसती लचांडं अंगावर ओढवून घेणारी माणसं आहेत, म्हणून जग चाललंय!

डॉक्टरांनी दिलेली औषधांची पिशवी घेऊन शिरू कॅम्पकडे चालला होता. याआधी डॉक्टर कॅम्पमध्ये दोनदा येऊन गेले होते. शिरू मात्र आज पहिल्यांदा जात होता. एकट्यानं कॅम्पमध्ये जायचं म्हणजे थोडी धाकधूक वाटत होतीच; पण त्याबरोबर कुतूहलही होतं. सदावर्ते म्हणाला होता, तुझ्याच वयाची कितीतरी मुलं तिथे आहेत! कशी असतील ती? मुसलमानांची मुलं! आजवर आपण

पाहिलीच असणार मुसलमानांची मुलं! पण, ती मुसलमानांची आहेत, असं आपल्या कधीच लक्षात आलं नाही! या दंगलीनंतर, जाळपोळीनंतरच का आपल्याला ती वेगळी वाटू लागली?

कदाचित शिरूदेखील त्या मुलांना वेगळाच वाटला असेल; कारण त्यानं शाळेत पाऊल ठेवलं, तेव्हा तिथे पकडापकडी खेळणारी मुलं एकदम धावायची थांबली आणि त्याच्याकडे पाहत गप्प उभी राहिली. मग त्यातली दोन-तीन एकमेकांत कुजबुजली आणि सगळीच तिथून पळून गेली.

एक मुलगा मात्र आपणहून पुढे आला. त्याच्या अंगावरचा लेंगा–सदरा भयंकर मळला होता. आणि चेहऱ्यावरही डाग पडले होते. केस भुरभुरीत झाले होते. त्यानं शिरूला विचारलं.

"क्या चाहिये?"

"औषधं आणली आहेत." शिरू म्हणाला.

त्या मुलाचा चेहरा कोरा राहिला. कदाचित त्याला मराठी समजत नसावं. "दवाई – दवाई लाया हूँ – किसको देनेका?"

"सकीना बेनके पास दो। चलो मैं साथमें आता हूँ!"

शिरू त्या मुलाच्या बरोबर चालू लागला. सकीनाकडे पोचायच्या आत त्या मुलाने शिरूला आपली बरीच माहिती दिली. वयाने तो शिरूएवढाच होता. नाव हनीफ. गुजराती चांगलं बोलता येत असे; कारण दंगलीआधी त्याची बहुतेक मित्रमंडळी गुजरातीच होती. एकजण मराठीसुद्धा होता; पण त्याला मराठी फारसं येत नसे. बोललेलं समजायचं एवढंच. कॅम्पमध्ये हनीफची चाची तेवढी त्याच्याबरोबर होती. बाकी सगळे दंगलीत अल्लाघरी गेले होते.

हे सगळं हनीफनं डोळ्यांत पाण्याचा टिपूस न आणता सांगितलं. शिरूला त्याचं नवल वाटलं. आपली आई गेली, तेव्हा आपण किती दिवस खाणं-पिणं बंद करून नुसते रडत होतो, ते त्याला आठवलं. त्यानं आपलं आश्चर्य हनीफला बोलून दाखवलं. त्यावर हनीफ सहजपणे म्हणाला – "क्या रोनेका? यहाँ सबका ऐसाच है ना?"

औषधं खरं तर कॅम्प इन चार्ज शेखसाहेबांकडे द्यायची होती; पण शेखने हे काम सकीनाबेन या मध्यमवयीन निर्वासित स्त्रीकडेच सोपवलं होतं. शिरूला पाहून ती क्षणभर स्तब्ध राहिली. मग त्याच्या केसांवरून हात फिरवीत म्हणाली, "मैं तुझे मुन्ना कहूँ तो चलेगा ना?" शिरूला काय बोलावं ते सुचेना... "ऐसीही सूरत थी उसकी! बिलकुल तुम्हारे जैसी!..." शिरूला आपल्या आईच्या आठवणीनं एकदम गलबलून आलं. त्यानं विषय बदलला आणि तो औषधांविषयीच बोलू लागला.

औषधांची माहिती करून घेतल्यानंतर सकीनाने शिरूची विचारपूस केली. तो किती वर्षांचा आहे, कधीपासून डॉक्टरांकडे कामाला आहे, घरी कोण आहे... बरंच काही तिनं विचारलं. त्याला आई नसल्याचं कळताच ती हळहळली. ''लो, खुदाकी भी क्या करनी है – कहीं बेटा है तो माँ खो गयी है – कहीं माँ है तो बेटा खो गया है...''

हनीफ शिरूला सोडायला रस्त्यापर्यंत आला; पण भीतभीतच. ''आम्हाला कॅम्पच्या बाहेर पडायला मनाई आहे.'' तो म्हणाला. ''मदत करायला येणारे सांगतात – बाहेर पडायचं, तर तुमच्या जबाबदारीवर पडा. नाहीतर कोण कुठून येईल आणि तुमच्यावर हल्ला करील याचा नेम नाही.''

शिरूने त्याचा निरोप घेतला आणि तो चालू लागला. एवढ्यात मागून हनीफची हाक आली, ''कलभी आओगे ना?'' त्याने विचारलं. ''जरूर!'' शिरूने ओरडून सांगितलं. आणि तो निघाला. चालताना त्याला एका विचारानं हसू येत होतं. आपण कॅम्पमधल्या माणसांना घाबरत का होतो? ...हनीफ तर किती गोड मुलगा होता! आपणहून त्याने आपल्याशी मैत्री केली. घाबरण्यासारखं काही तर सोडाच; पण परकेपणादेखील त्याच्यात नव्हता!

दुसऱ्या दिवशी खरं तर न जाऊन चालण्यासारखं होतं. औषधांचा बऱ्यापैकी स्टॉक कॅम्पात दिलेला होता, तरीदेखील हनीफला भेटायला काहीतरी निमित्त हवं म्हणून शिरूने डॉक्टरांना सांगितलं, ''मलेरियाच्या केसेस वाढताहेत कॅम्पात. डास कमी व्हायचं चिन्ह नाही. सकीनाने सांगितलं की गोळ्या जरा जास्त पाठवा. तशाच, पोट बिघडल्यावर घ्यायच्या गोळ्यादेखील.''

डॉक्टरांनी गोळ्या दिल्या. सदावर्तेने दिलेल्या पैशांमधून त्यांनी औषधं घाऊक प्रमाणावर आणून ठेवली होती, तरीही ती कशी पुरवायची याची काळजी होतीच. मुंबईहून काही औषधकंपन्या औषधं पाठवणार असल्याचं सदावर्तेने सांगितलं होतं. तोवर तरी हा स्टॉक पुरवायला हवा होता; कारण सदावर्ते कितीही हसत हसत बोलला, तरी नव्या स्टॉकसाठी पैसे उभं करणं सोपं नव्हतंच!

''औषधं काटकसरीनं वापरा, असं सांग तुझ्या त्या सकीनाबेनला! पेपरमिन्टसारखी खाऊ नका म्हणावं, फुकट मिळताहेत म्हणून!'' डॉक्टरांनी शिरूला बजावलं. मानेला जोराचा हेलकावा देऊन शिरू पिशवी सांभाळत पळाला.

आज मुलांच्या घोळक्यातून त्यानंच हनीफला शोधून काढलं. त्याला बघून हनीफला इतका आनंद झाला की त्यानं ताबडतोब शिरूच्या गळ्यात हात टाकला. ''चल, बॅट-बॉल खेलते हैं।'' तो म्हणाला.

''तेरे पास है बॅट-बॉल?'' शिरूने विचारलं.

"बॉल इकडेच मिळाला – या शाळेत. मैदानाच्या कोपऱ्यात पडला होता. बॅट ढूँढते है..."

दोघांनी शाळेच्या आवारात फिरून एक लाकडाची फळी मिळवली आणि क्रिकेट खेळायला सुरुवात केली. हनीफने प्रेमानं बॅटिंग शिरूला दिली. (नाहीतरी दोघांनी मिळूनच शोधलेली होती!) पहिलाच चेंडू शिरूने असा काही लगावला की एका बॅटच्या दोन झाल्या; पण फळी तुटल्याच्या आवाजाबरोबर आणखी एक तेवढाच मोठा आवाज झाला. तो होता हनीफच्या कानशिलात बसल्याचा!

"साले – हरामी... काफरके साथ खेलता है?" हनीफचा दादा शोभेल एवढा एक पोरगा त्याच्याजवळ पाय फाकून उभा होता.

"साले इन जल्लादोंनें तेरा घर जला दिया – तेरे माँ-बाप को जलाया – और तू उनके साथ खेलता है। तुझे शरम नही आती?" त्यानं परत हनीफला मारण्यासाठी हात उगारला! मग त्यानं शिरूकडे मोर्चा वळवला आणि तो ओरडला, "पुन्हा इथं दिसलास तर बघ! हड्डीपसली एक करीन!... आमच्या पोराशी दोस्ती करतो, हरामखोर! असल्या काफर दोस्तांनीच गळा कापलाय आमचा!"

शिरू मागे न बघता तिथून पळत सुटला.

दुसऱ्या दिवशी तो कॅम्पवर गेलाच नाही; पण तिसऱ्या दिवशी मात्र डॉक्टरांनी दिलेली औषधं पोहचवणं भागच होतं. शिवाय मनातून जरी त्या दांडगट मुलाची भीती वाटत असली, तरी हनीफला भेटण्याची ओढ होतीच.

दबकत दबकत तो कॅम्पमध्ये शिरला. तडक सकीनाबेनकडे गेला. औषधं तिच्या स्वाधीन केली. तिनं डॉक्टरांची चौकशी केली. शिरूच्या डोक्यावरून हात फिरवला. मग ओढणीनं डोळे टिपले. शिरू आजूबाजूला पाहून, तो दांडगट मुलगा कुठे दिसत नाहीये ना, याचा अंदाज घेत होता.

एवढ्यात हनीफ कुठूनसा आला आणि कानात कुजबुजला, "चल लौकर, बाहेर चल." आणि शिरूला ओढतच बाहेर घेऊन गेला... "तू मनावर नको घेऊस अक्रमचं." बाहेर जाताच हनीफ म्हणाला.

अक्रम त्याचं नाव? तो चक्रम वाटला!

"मला म्हणत होता काफिर लोकांशी बोलायचं नाही. त्यांनी आपल्या डोळ्यांदेखत आपल्या जवळच्या माणसांना मारून टाकलं – कापरासारखं जाळून टाकलं... घरंदारं पेटवून देऊन आपल्याला निराधार केलं... आता संधी मिळेल तेव्हा आपणही त्यांना मारून, जाळून टाकायला हवं..."

"तू मला मारून – जाळून टाकशील?"

"मी नाही रे... अक्रम काय म्हणत होता, ते सांगितलं; पण मी ऐकणार

नाहीच त्याचं. आपण आता दोस्त झालो आहोत... मी कसा राहीन तुझ्याशी बोलल्याशिवाय?''

यावर शिरू काहीतरी बोलणार होता; पण बोलूच शकला नाही... कारण त्याच क्षणी त्याच्या डोक्यावर एक जोराचा फटका बसला, डोळ्यांसमोर तारे चमकले आणि तो खाली कोसळला.

हातातल्या लाकडी फळकुटाने अक्रम त्याला मारतच सुटला होता. हनीफने मध्ये पडायचा प्रयत्न केला; पण अक्रमच्या बरोबरच्या मुलांनी त्याला खेचून दूर ढकलून दिलं. एवढ्यात सकीना रडत-ओरडत आली आणि तिने स्वत:ला शिरूच्या अंगावर लोटून दिलं. मग अक्रमला हात आवरता घ्यावा लागला. सदावर्ते आणि त्याचे मित्र याच वेळी रिक्षातून उतरत होते. काहीतरी गोंधळ चालला आहे, असं दिसताच, दंगलखोर कॅम्पात शिरले असं वाटून ते घाबरले. धावतपळत येऊन पोहोचले, तो त्यांना दिसले, हात उगारलेला अक्रम आणि खाली पडलेला शिरू...

सदावर्ते शिरूला हातावर घेऊन दवाखान्यात आला, तेव्हा डॉक्टर पुन्हा दंगल सुरू झाली की काय अशा शंकेने चरकले.

शिरूच्या जखमा तशा किरकोळ होत्या. खाली पडताना एक-दोन ठिकाणी मुका मार लागला होता. मुख्य जखम होती ती डोक्याला. लोकल ॲनेस्थेशिया देऊन डॉक्टरांनी त्या जखमेला चार टाके घातले.

संध्याकाळपर्यंत शिरूला हुशारी वाटू लागली. त्याने डोळे उघडले. सदावर्ते त्याच्या बिछान्याशी बसून होता. बहुतेक दिवसभरच तिथे बसून असावा! पलीकडे डॉक्टर तावातावाने बोलत होते, ''...यासाठी मी पहिल्यापासून शिरूला कॅम्पमध्ये पाठवायला तयार नव्हतो. तर तुझा आग्रह पडला! म्हणे त्यांना मदतीची फार गरज आहे! घ्या – आता आम्हाला मदत कोण करणार?''

जडावलेल्या डोक्याने, अर्धमिटल्या डोळ्यांनी, बधिर झालेल्या कानांनी शिरू ऐकत होता. जे ऐकू येत होतं ते खरं असूनही स्वप्नातल्यासारखं वाटत होतं.

''मी माहिती काढलीय त्या मुलाची.'' सदावर्ते म्हणाला.

''अक्रम त्याचं नाव. त्याची अम्मी, त्याचे अब्बा, त्याचा बडा भाई, बडी बहन, छोटा भाई असं सगळं कुटुंब गल्लीमधल्या कोरड्या विहिरीत फेकलं गेलं. वरून पेट्रोल ओतून जळते बोळे टाकून त्या जिवंत माणसांना पेटवण्यात आलं. आणि हे कोणी केलं – तर त्यांच्या शेजारच्या हिंदू कुटुंबानं. तुम्हाला आसऱ्याला नेतो असं सांगून घराबाहेर काढून! त्या गर्दीगोंधळात अक्रम कसाबसा वाचला; पण काय झालं ते त्यानं झुडुपाआड लपून आपल्या डोळ्यांनी पाहिलं! कोणी केलं, तेही पाहिलंय! त्या दिवसापासून तो असा सैरभैर झालाय! एकटा – अगदी

एकटाच झालाय तो! अनाथ, निराधार! दु:ख आणि संताप याशिवाय दुसरं काहीच उरलं नाहीये त्याचं स्वत:चं असं!''

"अरे, पण म्हणून काय त्यानं आपल्यासाठी औषधं घेऊन आलेल्या पोराच्या अंगावर हात टाकायचा?''

"बिलकुल नाही. ते त्याचं चुकलंच, अगदी चुकलं; कारण एकमेकांचा सूड घेत राहून काहीच साधणार नाही... पण हे त्याला कुठं समजतंय? आधीच पोरवय आहे त्याचं, त्यातून त्याच्या शेजारातल्या, त्याच्या दोस्तांनीच त्याच्या कुटुंबाचा घात केलाय. म्हणून सुडाच्या भावनेनं पेटलाय तो... पण आपण त्याला शांत केलं पाहिजे. त्याचा राग धरता कामा नये; कारण तो लहान आहे. आता काळजी घेतली पाहिजे, ती या मुलांची. त्यांच्या मनात सूड घेण्याची, अत्याचार, अन्याय करण्याची भावना रुजता कामा नये. उगवली असेल तर ती आत्ताच उपटून काढून टाकायला हवी...''

शिरू ऐकत होता. त्यातलं सगळंच त्याच्या कानात शिरत होतं, असं नाही. शिरत होतं, त्यातलंही सगळं समजत होतं असं नाही; पण थोडंफार कळत होतं. विचार करता करता त्याच्या डोळ्यांवर गुंगी येत होती.

तो असा गुंगीत असतानाच कधीतरी डॉक्टर निघून गेले.

एका चमत्कारिक स्वप्नातून तो जागा झाला आणि त्याने डोळे उघडले, तेव्हा सदावर्ते निघण्याचा गडबडीत होता. त्याला थांबवून घेत शिरू म्हणाला, "काका, आपण इतके वाईट आहोत का हो?''

"नाही बेटा. असं का म्हणतोस तू?'' सदावर्तेंनी विचारलं.

"अक्रमच्या कुटुंबाला विहिरीत ढकलून पेटवून देणारे आपले लोक होते... कॅम्पमधल्या सगळ्याच मुलांचं कोणी ना कोणी गेलंय ते आपल्याच माणसांनी केलेल्या जाळपोळीत, भोसकाभोसकीत, म्हणजे हा आपल्याच लोकांचा क्रूरपणा झाला, नाही का?''

"नाही बेटा. माणसं म्हणून आपण क्रूर नाही, तेही क्रूर नाहीत. इतकी वर्षं आपल्या या शहरातून या दोन्ही जमाती एकत्र राहतच आहेत ना? एकमेकांकडे जाताहेत, जेवताहेत, एकमेकांच्या अडचणीला उपयोगी पडताहेत, एकमेकांशी दोस्तीनं वागताहेत... मग आताच ते एकमेकांच्या जिवावर कसे उठले? त्यांची डोकी अशी एकदम कशी भडकली? ती भडकली नाहीत. भडकवली गेली... ज्यांचा त्यात फायदा आहे अशा माणसांनी, या देशात आपलाच धर्म टिकायला हवा असं ज्यांना वाटतं त्यांनी.''

"म्हणजे कोणी?''

"राजकारण्यांनी; पण ते तुला इतक्यात समजायचं नाही. फार गुंतागुंतीचं

असतं राजकारण, ते तुला मोठं झाल्यावरच समजेल. मोठं झाल्यावरही समजेलच असं नाही. म्हणून आता तू एवढंच लक्षात ठेव, की हनीफ, अक्रम ही तुझ्यासारखीच मुलं आहेत; पण अचानकपणे सर्वस्व गेल्यामुळं चिडलेली, भांबावलेली आहेत. त्यांना शांत करण्याचं काम आपलं आहे. त्यांच्याशी दोस्ती करून, त्यांचा गेलेला विश्वास परत मिळवण्याचं काम आपलं आहे...''

''हनीफची माझ्याशी दोस्ती झालीये; पण अक्रम त्याला माझ्याशी खेळू देत नाही. पाहिलं ना किती मारलं त्यानं मला? चक्रमच आहे तो!''

सदावर्ते नुसता हसला आणि निघून गेला.

दोन-तीन दिवसांनी शिरूचं अंग दुखणं थांबलं. डाव्या डोळ्याभोवतीचं काळंही कमी झालं. डोक्याची जखम भरून येऊ लागली. दवाखान्यातली कामंही तो हळूहळू करू लागला. या दिवसांत त्याला हनीफची फार आठवण यायची. चार-दोन भेटीतच तो त्याचा अगदी जवळचा मित्र होऊन गेला होता. अर्थात या मैत्रीची किंमत दोघांनाही चुकती करावी लागली होती. तरीदेखील हनीफला भेटावं असं शिरूच्या मनात येई; पण कॅम्पमध्ये जायचं कसं? अक्रमच्या आठवणीनेही त्याला धडकी भरत असे. मग हनीफ तरी मुद्दाम इथे येऊन भेटण्याचं धाडस कसं करील? त्यातून त्यांनी तर कॅम्पबाहेर पडणंच धोक्याचं होतं म्हणे...

आणि एके रात्री चमत्कारिकच प्रकार घडला. अकराचा सुमार होता. दवाखान्यातील सगळं काही जागच्या जागी आहे का, कपाटं बंद आहेत ना वगैरे बघून शिरूने तिथेच पथारी टाकली आणि तो आता उशीवर डोकं ठेवणार एवढ्यात बेल वाजली. पाठोपाठ सदावर्तेचा घाबराघुबरा आवाज आला... ''डॉक्टर – लौकर दार उघडा – इमर्जन्सी आहे...''

शिरूने घाईघाईने दार उघडलं. दारात सदावर्ते आणि त्याचा एक सहकारी उभा होता. पाठीमागे रिक्षा होती. तिच्यातही कुणीतरी असावं. सदावर्ते म्हणाला, ''आधी डॉक्टरांना उठव. म्हणावं, फूड पॉइझनिंगची केस आहे. तोवर आम्ही त्या तिघांना हॉस्पिटलमध्ये हलवतो... किल्ल्या कुठायत ते मला माहितेय. तू आधी पळ.''

शिरू एका वेळी दोन पायऱ्या ओलांडत वर पळाला. डॉक्टरांना उठवून घेऊन आला. तोवर सदावर्तेने हॉस्पिटल उघडून तीन खाटांवर तिघांना झोपवलं होतं.

सदावर्तेला पाहताच डॉक्टर ओरडले, ''कॅम्पातली आहेत ना ही पोरं? आधी त्यांना बाहेर काढा... मला नसती भानगड नकोय!''

''बाहेर काढून ती जाणार कुठे?'' सदावर्ते म्हणाला. बिचारी उलट्या–जुलाबांनी हैराण झाली आहेत... कॅम्पात खाल्लं – त्यात या तिघांची परिस्थिती

फारच वाईट आहे, म्हणून त्यांना घेऊन आलो... पोटात पाणीसुद्धा ठरत नाहीये त्यांच्या. शुद्ध जात चाललीय – हाच दवाखाना त्यातल्या त्यात जवळ म्हणून...''

''सरकारी दवाखाना.''

''तिथं त्यांना उभंसुद्धा करणार नाहीत.''

''अरे, पण हे लफड्याचं प्रकरण आहे... उद्या मी यांच्यावर उपचार केल्याचं कळलं तर माझा दवाखाना जाळून टाकतील...''

''प्लीज डॉक्टर!'' सदावर्ते गयावया करू लागला. ''ही तीन पोरं मेली, तर तुमच्यावर हत्येचं पातक येईल... एक माणुसकी असलेला डॉक्टर म्हणून –''

''बरं बरं! जास्त नाटक करू नकोस... आता सिस्टर घरी गेली...''

''मी करीन सर सगळं.'' शिरू म्हणाला. आणि एकदम एक गोष्ट लक्षात येऊन दचकला.

''डॉक्टर, डॉक्टर हा मुलगा – त्याची परिस्थिती सर्वांत जास्त क्रिटिकल आहे. दांडगटपणानं त्यानं दोघातिघांच्या वाटचे कबाब खाल्लेत.'' सदावर्ते म्हणाला.

''हा अक्रम आहे डॉक्टर! मला मारणारा!'' शिरू म्हणाला.

रात्र भयंकर गेली. पहाटेपहाटेपर्यंत दुसरी दोन मुलं गाढ झोपी गेली. अक्रम मात्र आचके देत होता. त्याचं अंगही मधूनमधून थंड पडत होतं. त्याला अतिशय थकवा आला होता. डॉक्टरांनी त्याला सलाइन लावलं आणि त्याच्यावर लक्ष ठेवा, काही कमी-जास्त व्हायला लागलं तर मला हाक मारा, असं सांगून ते झोपण्यासाठी वर निघून गेले. सदावर्तेंच्या बरोबरचा माणूस तिथेच एका बाकड्यावर आडवा झाला.

''तू झोप शिरू. मी ठेवतो त्याच्याकडे लक्ष.'' डुलक्या देणाऱ्या शिरूला सदावर्ते म्हणाला.

''नको. मला नाही आली झोप.''

ते एवढं बोलताहेत, तोच दारावर थापा ऐकू आल्या. दोघांनीही दचकून एकमकांकडे पाहिलं.

पाठोपाठ शब्द आले, ''दार उघडा – डॉक्टर आहेत का घरात?''

तोंडातून अवाक्षर न काढता शिरू जागचा उठला. झोपलेल्या मुलांना त्याने हलकेच उठवलं. त्यांना काहीच समजत नव्हतं. शिरूने त्यांना आपल्यामागून येण्यास सांगितलं. जवळजवळ झोपेतच चालत ती मुलं त्याच्या मागून गेली. शिरूने पाठीमागचं दार उघडलं. हळूच बाहेर डोकावून चाहूल घेतली. अजून उजाडलं नव्हतं. बाहेर माणसं नव्हती. तो मुलांना घेऊन बाहेर पडला. समोरच्या चाळीत गेला. तळमजल्यावर मेहताचं घर होतं. त्याने हलकेच टकटक केलं.

मंजूबेनने दरवाजा उघडला. "या दोघांना तुमच्याकडे झोपू द्या." एवढंच सांगून त्याने मुलांना आत ढकललं आणि तो हॉस्पिटलमध्ये परतला.

मंजूबेनला काहीच समजलं नव्हतं; पण तिने मुलांना आत घेतलं, दरवाजा लावला. शिरू कसल्यातरी अडचणीत आहे, हे तिनं जाणलं होतं. सध्याचे दिवसच असे होते की, अधिक स्पष्टीकरण द्यायला-घ्यायला सवडच नसायची!

शिरू परतला तेव्हा अक्रम एकटाच तळमळत पडला होता. डॉक्टर आणि सदावर्ते पुढच्या दाराशी गेले होते. त्यांच्या अंगावर वसावसा ओरडणाऱ्यांचे आवाज ऐकू येत होते; पण हे अजून बाहेरच कसे? बहुधा डॉक्टरांनी वरून खाली यायला जाणूनबुजून वेळ लावला असावा आणि सदावर्तेने तोवर खिंड लढवली असावी. दाराजवळच्या जाळीमधून त्या माणसांच्या हातातल्या मशालींचा धगधगता उजेड दिसत होता...

मग ते एकदम आत घुसले. चौघे जण होते. त्यांचे चेहरे मशालींच्या उजेडात भयानक दिसत होते. "खेचून काढतो त्यांना हॉस्पिटलातून! ... लांड्यांना लपवता काय?... कुठं फेडाल हे पाप?" वगैरे गर्जना ते करत होते. त्यांच्याबरोबर डॉक्टर आणि सदावर्ते, "अहो, पण खरंच सांगतो तुम्हाला - इथं कुणी आलं नाही की गेलं नाही... उगाच संशय घेताय तुम्ही." असं गयावया करीत सांगत होते...

"इथं सापडूच देत ती पोरं - नाही हॉस्पिटल पेटवलं तर बघा!" ते ओरडले.

अक्रम भीतीने थरथर कापत होता. तो पूर्ण शुद्धीवर होता; पण डोळे उघडून बघायचं धैर्य त्याच्यात नव्हतं. शिरू त्याच्या खाटेवर बसला होता आणि त्याचे दोन्ही थरथरणारे हात त्याने आपल्या हातांनी गच्च पकडून ठेवले होते.

त्या चौघांनी खोलीभर नजर टाकली. कोपऱ्यातल्या कॉटवर एक रोगी मुटकुळं करून पडला होता. बाकीच्या खाटा मोकळ्या होत्या.

"तिघं होते असा रिपोर्ट आहे!" एकजण म्हणाला. "फूड पॉयझनिंग झालेले!"

"तुम्हाला काय सेवा करायची ती कॅम्पात जाऊन करा - समजलं?" दुसरा डॉक्टरांवर खेकसला. "इथं हॉस्पिटलमध्ये वगैरे आणून जास्त लाड केलेत न त्यांचे, तर आमच्याशी गाठ आहे!" डॉक्टर यावर काहीच बोलले नाहीत.

"हा कोण आहे?" अचानक अक्रमवर बोट रोखून एकाने विचारलं.

"ते तिघे आहेत..." दुसरा पुटपुटला.

"तू चूप! मी विचारतोय... हा कोण आहे?"

"माझा भाऊ!" शिरू म्हणाला. "पंढरपूरहून आलाय. मलेरिया झालाय त्याला. थरथरतोय बघा कसा - हिव भरलंय ना?..." त्याचे हात अधिकच घट्ट

पकडून ठेवत शिरू म्हणाला.

"हा पोरगा कोण आहे?"

"इथं वरचं काम करतो." डॉक्टर म्हणाले. "ड्रेसिंगबिसिंगला पण मदत होते त्याची. श्रीकांत नाव त्याचं. आम्ही शिरू म्हणतो. दोन दिवसांपूर्वीच त्याचा हा भाऊ आला."

"जगन त्याचं नाव." शिरू म्हणाला. "आला न् लगेच आजारी पडला."

"नक्की?" पहिला रोखून पाहत म्हणाला.

"आपलाच आहे रे तो!" दुसरा म्हणाला. "कपाळावर गंध आहे बघ!"

इथली खात्री झाल्यावर ती मंडळी दुसऱ्या खोल्या बघायला गेली. त्यांच्याबरोबर डॉक्टरदेखील.

सदावर्ते अजून घुटमळत होता. त्याला कसलीतरी शंका आली होती. शिरूचा हात उचलून रक्ताळलेलं बोट पाहत त्याने विचारलं, "हेच जगनचं गंध ना?"

शिरू हसला. सदावर्तेने त्याच्या बोटाला बॅन्डएड लावलं आणि बाजूला पडलेलं ब्लेड गंजलेलं नाही ना, याची खात्री करून घेतली.

अक्रम खोल आवाजात पुटपुटत होता, "मुझे डर लगता है... बहुत डर..."

"डरायचं नाही भाऊ. आम्ही आहोत ना?" शिरू त्याच्या कानाशी लागून बोलला.

अक्रमने त्याला एकदम मिठीच मारली. त्याच्या डोळ्यांतून घळाघळा पाणी वाहू लागलं.

— साहित्य / २००४

छोटी बहू

१९६७ची मुंबई. सतत पोटामागे धावणाऱ्या, तरीही चार चांगल्या गोष्टी गाठू पाहणाऱ्या माणसांनी गजबजलेली. वाहनांच्या गर्दीत दिवस-रात्र भरडलेली.

त्यातलाच फोर्ट विभाग. थोडा मध्यमवर्गीय, थोडा उच्चभ्रू – राहत्या इमारती थोड्या. कचेऱ्या अधिक. नाना प्रकारच्या. व्हिक्टोरिया टर्मिनस आणि हुतात्मा चौक यांच्यामधल्या इमारतींपैकी एकीत 'बॉम्बे एक्स्प्रेस' या वृत्तपत्राचं ऑफिस.

दुपारचे सव्वाबारा वाजलेले. विराज केतकर उद्याच्या 'वृत्तविशेष'ची तयारी करीत बसला होता. एवढ्यात शिपाई त्याच्या टेबलशी आला आणि म्हणाला, ''साहेबांनी

बोलावलंय.''

''आलो म्हणून सांग.'' विराज म्हणाला. शिपाई निघून गेला.

विराजनं अर्धा टाइप केलेला लेख तसाच सोडला; टाचणं फाइलमध्ये काळजीपूर्वक ठेवली आणि तो साहेबांकडे – म्हणजे प्रमुख संपादक पराडकर यांच्या केबिनकडे निघाला.

त्याने केबिनच्या दुधी काचेच्या अर्ध्या दरवाज्यावर बोटाने 'टक टक' केले. आतून संपादक पराडकरांचा घोगरा आवाज आला – ''येस, कम इन!'' तसा विराज दार ढकलून आत शिरला.

''बसा,'' पराडकर म्हणाले.

विराज बसला. काहीसा उत्सुक.

''पुढल्या आठवड्यात गौतम शाहूंची चौथी पुण्यतिथी आहे.'' पराडकर म्हणाले. ''रविवार पुरवणीत आपण त्यांच्यावर स्टोरी करायला हवी!''

गौतम शाहू... मोठा कलावंत... नुसता चित्रपट निर्माता नाही, तर फिल्म मेकर... शिवाय कलात्मक दिग्दर्शक... स्वतःच्याच नाही, तर इतरांच्याही चित्रपटांत गाजलेल्या भूमिका करणारा अभिनेता...

यशाच्या शिखरावर असतानाच, तरुण पिढीला हळहळ वाटायला लावून तो अचानक वारला. त्याच्या मृत्यूचंही गूढच राहिलं. आत्महत्या की अपघात?... काही का असेना, एक अल्पायुषी मृत्यू – सर्वांनाच चटका लावणारा...

''चांगली आहे ना कल्पना?'' पराडकर नेहमी आपल्या कल्पनेवर स्टाफचं मत घेत. त्यामुळे स्टाफला कामात अधिक रस वाटतो, असं त्यांचं निरीक्षण होते.

''गौतम शाहूंविषयी लेख तर हवाच यायला... पण...'' विराज घुटमळला.

''एनी प्रॉब्लेम?''

''तसं नाही... पण दिग्दर्शक म्हणून त्यांच्यावर आधीच इतकं लिहिलं गेलेयं, की आता नवीन काही लिहायचं म्हणजे–''

''करेक्ट. आता लिहायचं तर थोड्या वेगळ्या अँगलमधून लिहायला हवं. जमेल तुम्हाला... थोडंसं व्यक्तिगत लिहा. पर्सनल!... त्यांच्या जवळच्या माणसांशी बोलून पाहा.''

''गौतमजींचं एके काळचं सर्वांत जवळचं माणूस म्हणजे त्यांची प्रेयसी– पद्मजा. सध्याची टॉपची हिरॉइन!... पण गौतमजींविषयी त्या जाहीरपणे कधीच बोललेल्या नाहीत. गौतमजींच्या हयातीत नाही की त्यानंतर नाही!''

''गौतमजींची पत्नी?'' पराडकरांनी विचारलं.

''शांतीदेवी!'' नाव घेताच विराजच्या कानात शांतीदेवींनी म्हटलेली – अजूनही

रसिकप्रिय असलेली अनेक गाणी गुंजन करू लागली. ''पण त्या कुठं असतात – काही ठावठिकाणा नाही!'' तो म्हणाला.

''शोधून काढाल त्यांना?'' पराडकर म्हणाले. ''बघा त्या बोलतात का!''

''प्रयत्न करतो. सापडल्या आणि त्यांच्याशी बोलण्याची संधी मिळाली, तर फारच आनंदाची गोष्ट! मी त्यांचा जबरदस्त फॅन आहे!''

इतकं बोलून विराज उठला. त्यानं एकदा जबाबदारी घेतली, की ती पार पाडल्याशिवाय तो राहणार नाही, याची पराडकरांना खात्रीच होती.

लंच टाइममध्येच विराज फोर्टमधल्या एका म्युझिक शॉपमध्ये गेला. दुकानात अगदी अद्ययावत रेकॉर्ड्सचा साठा होता. शास्त्रीय संगीतापासून रॉक बॅन्डपर्यंत; मात्र दुकानदाराला शांतीदेवींचा पत्ता ठाऊक नव्हता.

''– नाही हो. गौतमजी हयात होते, तोवर थोडंतरी ऐकू यायचं त्यांच्याविषयी. ते गेले आणि शांतीदेवी जशा काही हवेत विरघळून गेल्या...''

''त्यांची अगदी जुनी गाणी आहेत तुमच्याकडे? म्हणजे पंचेचाळीस–सत्तेचाळीसमधली?''

''नाही हो! अहो, जागा हवी त्या जुन्या रेकॉर्ड्स ठेवायला.'' दुकानदार म्हणाले. ''त्यातून संगीत इतकं फास्ट बदलतंय! जुनी गाणी हवी असतील, तर ती चोरबाजारात मिळतील! कदाचित!''

संध्याकाळी ऑफिस सुटल्यानंतर विराजनं चोरबाजार गाठला.

चोरबाजारातल्या त्या प्रशस्त दुकानात जुन्या, कर्णावाल्या ग्रामोफोनपासून ट्रान्झिस्टरपर्यंत सगळ्या चिजा होत्या. शांतीदेवींची एक पुराणी रेकॉर्ड त्या म्हाताऱ्या, दाढीवाल्या मुसलमान दुकानदाराकडे होती; पण ती त्याची इतकी जीव की प्राण होती, की कोणी दोन हजार रुपये दिले, तरी तो ती विकायला तयार नव्हता.

विराजने शांतीदेवी कुठे राहतात ते माहितेय का, असं विचारलं.

दाढीवाला डोळे बारीक करून क्षणभर विराजकडे पाहत राहिला. मग त्याने विचारलं, ''क्या आप सी. आय. डी. से आये है?''

विराज हसून म्हणाला, ''नहीं भई, अखबार में काम करता हूँ। उनके बारे में कुछ लिखना चाहता हूँ। लेकिन उनका पता...''

दाढीवाल्याला साधारण माहिती होती. दादरच्या श्रीराम कॉलनीमधली दुसरी की तिसरी गल्ली.

त्याचे आभार मानून विराज बाहेर पडला.

काळोख पडायच्या आत त्याने दादरच्या श्रीराम कॉलनीतली तिसरी गल्ली गाठली. दोघातिघांना विचारत विचारत तो शांतीदेवींच्या 'इंदिरा निवास'मध्ये पोहोचला.

त्या जुन्या इमारतीतला काळोखा जिना चढताना त्याच्या हातापायांना सूक्ष्म कंप सुटला होताच; पण मनही थरारून गेलं होतं... शांतीदेवींना भेटायचं, प्रत्यक्ष शांतीदेवींना! सुरांच्या सम्राज्ञीला... तो गहिरा आवाज... कधी नाचऱ्या क्लब साँग्समधून बिनधास्त लहरणारा, तर कधी अगदी आतला दर्द सांगताना गूढगर्भ होणारा... हे सूर जिच्या गळ्यातून आले, ती कशी असेल? अलौकिक? पृथ्वीतलावर नाइलाजाने वास्तव्याला आलेली स्वर्गीय दिव्यांगना?

विराज तिसऱ्या मजल्यावर पोहोचला. त्याने दरवाज्यावरची बेल वाजवली.

दुसऱ्या बेलनंतर एका सोळासतरा वर्षांच्या, बहुधा वरकामाच्या मुलीने दरवाजा उघडला.

"शांतीदेवी इथंच राहतात का?"

"हो." ती मुलगी म्हणाली. "पण त्या भेटत नाहीत कुणाला."

"माझं महत्त्वाचं काम आहे." विराज रुबाबात म्हणाला. "मी पत्रकार आहे."

मुलगी दार लावू लागली.

"फोन नंबर तरी मिळेल का?" रुबाब बाजूला ठेवून विराजने विचारलं.

"आमच्याकडे फोन नाही." आणि दरवाजा बंद झाला.

विराज क्षणभर विचारात पडला. कशा राहतात या शांतीदेवी? फोन नाही– कुणाला भेटत नाहीत...

काही वेळ थांबून त्याने पुन्हा बेल वाजवली.

उत्तर नाही.

आणखी दोनतीनदा वाजवली. चौथ्यांदा वाजवणार इतक्यात दार उघडलं आणि मघाचीच मुलगी त्याच्यावर खेकसली. "सांगितलं ना एकदा बाई भेटणार नाहीत म्हणून?... जा तुम्ही!"

पण, या वेळी विराजने तिचं ऐकलं नाही. ती 'अहो, अहोऽ' असं ओरडत असताना तो सरळ तिच्या अंगावरून घरात शिरला.

हॉल रिकामा होता. तो ओलांडून तो पुढे गेला.

एक खोली लागली. ती बहुधा बेडरूम असावी.

मागचा-पुढचा विचार न करता तो आत शिरला आणि समोर जे दिसलं त्याने जागच्या जागी गोठून गेला.

बिछान्यावर एक स्त्री आळसटून बसली होती. तिच्या हातात अर्धा भरलेला मद्याचा ग्लास होता. केस विस्कटलेले होते. अंगावरची साडी सैल झाली होती. पदर खाली पडला होता.

विराजला पाहताच तिने ग्लास शेजारच्या छोट्या तिवईवर ठेवला. (तिथे

एक मद्याची बाटली होती!) तोल सांभाळत, अर्धवट उठून ती ओरडली, "आत कसे आलात? चालते व्हा आधी! शकू म्हणाली, तुम्ही पत्रकार आहात! काय छापणार आहात? माझ्या अब्रूची लक्तरं उघड्यावर टांगणार असाल?" गळलेला पदर सैलपणेच खांद्यावर टाकत उभी राहून ती म्हणाली, "बघितलंत ना मला? आता खुशाल जाऊन लिहा – एके काळची थोर गायिका शांतीदेवी शाहू आता दारुडी झाली आहे..."

एकदम तिचा तोल गेला. विराजने तिला सावरलं. परत बिछान्यावर बसवलं.

"प्लीज – प्लीज डोन्ट डिस्ट्रेस युअरसेल्फ." तो ओशाळा होऊन म्हणाला. "मी काहीही लिहिणार नाही तुमच्याविषयी, मग तर झालं? शांत व्हा. बसा. आय ॲम सॉरी. येतो मी."

एवढंच बोलून तो निघाला.

शकू त्याच्यापाठोपाठ दार लावून घेण्यासाठी आली.

बांद्र्याच्या, आपल्या छोट्याशा ब्लॉकमध्ये पोहोचला, तरीसुद्धा विराज हतबुद्धच होता.

आपल्या मनात कायमच जिच्याविषयी आपण भक्तिभाव ठेवला, त्या एका थोर कलावतीला आपण अशा अवस्थेत पाहू, अशी त्याने कधी कल्पनाही केली नसती. यशाच्या शिखरावर पोहोचल्यानंतर काही ना काही निमित्ताने वैफल्यग्रस्त होऊन मद्याचा आधार घेणाऱ्या कलावंतांच्या आख्यायिका त्याने ऐकल्या होत्या; मात्र प्रत्यक्षात शांतीदेवी... हातात दारूचा ग्लास... तोल सावरणं कठीण... छे! असं कसं असेल?... काय पाहिलं आपण?

आणि तरीदेखील तशा अवस्थेतही शांतीदेवींना पाहताना त्याला एक विलक्षण थरार जाणवला होता... जो खासच मोठ्या दैवी व्यक्तिमत्त्वांना पाहताना जाणवतो... असं वाटलं होतं की त्या कुणा दुसऱ्याच दुनियेतल्या आहेत... आपल्या या मातीच्या जगातल्या नाहीतच! दु:खाने, निराशेने, व्यसनाने झाकोळलं असलं, तरी त्यांचं मूळचं सौंदर्य अजूनही जसंच्या तसंच आहे... पण आपल्याला जे जाणवलं ते केवळ सौंदर्य नव्हे – त्याहीपलीकडचं काहीतरी...

या विचारातच विराज घरी पोहोचला. त्याची पार्टनर राधिका दिव्याच्या फसव्या उजेडात एक पेन्टिंग करत त्याची वाट पाहत होती. विराज कसल्यातरी तंद्रीत आहे, हे तिला जाणवलं; पण काय झालं असं तिने त्याला विचारलं नाही.

विराजने मात्र, तुटक तुटक वाक्यांत सगळी हकिगत तिला सांगून टाकली. मुख्य म्हणजे, आपण शांतीदेवींना प्रत्यक्ष भेटलो ही घटना किती विलक्षण आहे, ते त्याला सांगायचं होतं. तिलाही शांतीदेवींची गाणी कमालीची आवडत. त्यामुळे

तिला या घटनेचा आनंदच होईल असं त्याला वाटलं.

पण, तसं झालं नाही. पॅलेटऐवजी एकदम कॅनव्हासवरच ट्यूब दाबून एक मॅजेन्टाचा लपका ठेवत ती नाराजीच्या सुरात म्हणाली, ''खरं तर तू जायलाच नको होतंस तिच्याकडे!... तुला माहीत नाही? हे जुने कलावंत भलते अहंकारी असतात!''

''तसं नाही–'' त्याने बोलण्याचा प्रयत्न केला.

नाइफने तो लपका पसरत राधिका म्हणाली – ''नाही कसं? चक्क तुला घालवून दिलं! हाउ कुड शी? पत्रकार म्हणून तुलाही काही स्टेटस आहे!''

काहीच न बोलता तो कपडे बदलायला बेडरूममध्ये गेला. राधिकाही मग पेन्टिंग आवरून, जेवण वाढायच्या तयारीला लागली.

मात्र, रात्रभर विराजच्या डोक्यात एकच विचार घोळत राहिला, 'शांतीदेवींसाठी आपण काहीतरी केलं पाहिजे!... काहीतरी केलं पाहिजे!'

दुसऱ्या दिवशी दुपारीच विराजने ऑफिस सोडलं आणि तो सरळ चोरबाजारात गेला.

''आपके पास शांतीजी की एक पुरानी रिकॉर्ड है ना–'' तो दाढीवाल्या दुकानदाराला म्हणाला, ''वो मुझे खरीदनी है।''

''बेचनेवाला नही हूँ!'' दुकानदार म्हणाला. ''वो मेरा खजाना है!''

नाइलाजाने विराज दुकानाबाहेर पडू लागला. एवढ्यात दुकानदार म्हणाला – ''नाराज नहीं होना। लेके जाओ।''

''कितने में?''

''दो हजार दे सकते हो?''

विराजने खिशातून शंभरच्या पाच नोटा काढल्या. दाढीवाल्याने न बोलता रेकॉर्ड कपाटातून बाहेर काढली. ग्रामोफोनवर लावली. शांतीदेवींच्या दर्दभऱ्या आवाजाने दुकान भरून गेले. 'सावरिया बिन चैन न आये...'

कागदी कव्हरमधली ती रेकॉर्ड प्लॅस्टिकच्या पिशवीत घालून विराज बाहेर पडला; पण श्रीराम कॉलनीमधल्या इंदिरा निवासच्या पायऱ्या चढून शांतीदेवींच्या फ्लॅटची बेल वाजवेपर्यंत 'सावरिया...' चे सूर त्याचा पाठपुरावा करत होते...

शकूने दार उघडलं. विराजला पाहून ती भेदरल्यासारखी झाली. ''तुम्ही परत... ? त्या दिवशी बाईंनी घालवून दिलं होतं ना तुम्हाला?''

''हो... पण तरीही...''

एवढ होतंय, तोवर ''कोण आलंय, गं शकू?'' असं विचारीत खुद्द शांतीच तिथे आली. अजून संध्याकाळ झालेली नसल्यामुळे असेल कदाचित; पण आज

ती बरीच ठाकठीक दिसत होती. विराजला पाहून ती दार लावून घेणार एवढ्यात अर्धवट आत शिरत तो म्हणाला – "एक्स्क्यूज मी. आज पत्रकार म्हणून नाही मी आलो. माझं वेगळंच काम आहे आज!"

"डोन्ट फूल मी." ती रागानेच म्हणाली. "माझ्याकडे कुणाचं काही काम नसतं."

विराजने पिशवीतून कव्हर्स कटची रेकॉर्ड काढली. ती तिच्या हातात देत तो म्हणाला – "ही रेकॉर्ड दाखवायची होती – तुमच्या गाण्यांची."

रेकॉर्डच्या दोन्ही बाजू पाहत शांती म्हणाली, "खूप जुनी आहे!"

"हो ना..." विराज म्हणाला. "त्या वेळेस आपण शांती शाहू नव्हता – शांती सारंग होता..." मग थांबून त्याने विचारलं, "तुम्हाला ठेवायचीये?"

"नाही." रेकॉर्ड परत देत ती म्हणाली. "खूप सुंदर वैभवाचा काळ होता तो; पण आता करायचाय काय तो आठवून? तुम्ही तरी कशाला ऐकता ही जुनीपुराणी गाणी?"

"आपली गाणी कधीच जुनी होणार नाहीत शांतीजी, उलट काळानं त्यांची किंमत वाढतच जाईल... यू आर अ लीजन्ड शांतीजी! लीजन्ड्स नेव्हर गेट ओल्ड. दे गेट ओन्ली मोअर ग्रेशिअस विथ टाइम!"

या प्रशंसेचा तिच्यावर काय परिणाम झाला कोण जाणे! पण किंचित संशयाने त्याच्याकडे रोखून पाहत तिने विचारलं, "तुम्हाला माझ्याकडून नक्की काय हवंय?"

"फक्त तुमची सही हवीय या रेकॉर्डवर." रेकॉर्ड पुढे करीत विराज म्हणाला. "त्यामुळे माझ्या लेखी तिची किंमत कितीतरी पटींनी वाढेल!"

एव्हाना शांतीचा राग नाहीसा झाला होता. त्याची जागा उदासीने घेतली होती. त्याच उदास स्वरात ती म्हणाली, "या, आत या."

विराजने बूट काढले आणि तो शांतीबरोबर आत गेला.

शकूने बाहेरचा दरवाजा लावून घेतला.

आणखी दोनच दिवसांनंतरची गोष्ट.

संध्याकाळच्या वेळी एक आलिशान गाडी इंदिरा निवाससमोर येऊन थांबली. तिच्यातून एक मध्यमवयीन रुबाबदार गृहस्थ खाली उतरले आणि इमारतीत शिरले.

शांती त्या वेळी आपल्या मुलीला – राणीला जेवू घालत होती. नुकतंच तिचं जेवण आटोपलं होतं.

"आज किनई ममी – गाण्याच्या क्लासमध्ये इतकी मजा आली!" राणी

सांगत होती – "तुझं गाणं शिकवलं आज! कुठलं माहितेय? 'मेरा मनवा नाच रहा है!' मला सबंध पाठ होतं. मग टीचरनं मला म्हणायला लावलं!"

तेवढ्यात शकू आत आली आणि म्हणाली – "तुमचे थोरले दीर आलेयत."

"गोपाळदादा?" शांतीच्या कपाळावर आठी पडली. "आता आणखी कसला नवीन मनस्ताप आणलाय?"

शकूने राणीचा ताबा घेतला आणि शांती बसायच्या खोलीत गेली. गोपाळदादांना नमस्कार करून ती उभीच राहिली.

"बस." गोपाळदादा म्हणाले. "येत्या पाच तारखेला गौतमचा चौथा स्मृतिदिन आहे." एवढं बोलून ते थांबले. शांती काहीच बोलली नाही. तशी तेच पुढे म्हणाले, "त्या वेळी, त्याच्या स्टुडिओच्या आवारात, त्याचा एक बस्ट उभा करणारेय मुंबईचा चित्रपट कलाकार संघ." पुन्हा एकदा थांबून, अनिच्छेने बोलून टाकावं तसं ते म्हणाले, "या पुतळ्याचं अनावरण करण्यासाठी तू यावंस, अशी त्यांची इच्छा आहे."

"येईन मी." शांती अस्फुट आवाजात म्हणाली.

"नको." गोपाळदादा अचानक वरच्या स्वरात म्हणाले. "मला वाटतं तू येऊ नयेस."

शांतीने चमकून वर पाहिलं.

"त्यांनी रीत म्हणून बोलावलं असेल; पण आपण विचार करायला हवा. तुझी अलीकडची परिस्थिती."

शांतीला राग आला होता; पण ती काहीच बोलली नाही.

"आम्ही ऐकलंय की अलीकडं तुझं पिणं खूप वाढलंय." गोपाळदादाच पुढे म्हणाले. "अनावरणाच्या वेळी पिऊन आलीस, तर कार्यक्रमाची वाट लागेल. पेपरात बातमी येईल. गौतमचं नाव तर खराब होईलच; पण सगळ्या शाहू फॅमिलीचीच शोभा होईल!"

शांतीला राग अनावर झाला. ती ताडकन उठून उभी राहिली. म्हणाली, "माझी अवस्था आज लोकांत मिसळण्यासारखी नाही, मी दारुडी झालेय, सगळं ठाऊकेय मला; पण कधीतरी विचार करा, की माझी ही गत कुणी केली? तुम्ही ज्याचे पुतळे उभारताय आणि ज्याचं नाव खराब होईल याची काळजी करताय, त्या गौतमनीच ना?"

"बिल्कूल नाही." गोपाळदादा म्हणाले. "शेवटच्या रात्री गौतम सगळा स्वाभिमान विसरून तुला बोलावत होता; पण तू हट्टानं परत गेली नाहीस. म्हणून गौतमनं मरण जवळ केलं!... त्या रात्री तू त्याला वाचवू शकली असतीस!"

"खोटं आहे हे!" असह्य होऊन शांती ओरडली. "खोटं आहे!"

''हे खोटं आहे, असं तू स्वतःच्या मनाला पटवण्याचा प्रयत्न करतेयस; पण तुला ठाऊकेय सत्य काय आहे ते! ते विसरण्यासाठीच तर तू दारू पितेस– होय ना?''

जखम पुन्हा भळभळू लागली. सावरण्याचा प्रयत्न करीत शांती म्हणाली, ''बसं झालं. खूप ऐकून घेतलं. आता गेलात तरी चालेल!''

गोपाळदादांनी एक लखोटा तिच्यासमोर धरला. तिने तो घेतला नाही. तो खुर्चीवर ठेवत गोपाळदादा म्हणाले, ''हे चित्रपट कलाकार संघाचं आमंत्रण. त्याला उत्तर देण्याची गरज नाही. मी कळवीन त्यांना, की तू येऊ शकत नाहीस!... येतो मी.''

गोपाळदादा उठून गेले. त्यांनी दार लावून घेतलं, त्याचा केवढा तरी आवाज झाला.

शांती अतिशयच प्रक्षुब्ध झाली हाती. ती धडाक्याने बेडरूममध्ये शिरली आणि तिने फडताळातून बाटली काढली. तिवईवर उपडा ठेवलेला ग्लास घेतला आणि ती तो भरू लागली.

तेवढ्यात शकू आत आली आणि म्हणाली, ''बाई, ग्लास नका ना भरू.''

''नेहमी, नेहमी – शाहू कुटुंबातली सगळी माणसं म्हणतात की मी त्याला मारलं.'' शांती स्वतःशीच बोलल्याप्रमाणे बोलत पिऊ लागली, ''मी कशी मारीन त्याला? मला तो नको होता का?''

तिच्या हातातला ग्लास काढून घेण्याचा अयशस्वी प्रयत्न करीत शकू म्हणाली, ''पिऊ नका ना बाई आता... जेवून घ्या आणि झोपा स्वस्थ.''

''तू जा. राणीकडे बघ. तिला झोपव.'' शांती म्हणाली. ''मला नाही झोप येणार आज. गोपाळदादा बोलून गेले ते सगळं सगळं फिरत राहील माझ्या डोक्यात रात्रभर.''

बाटली आणि ग्लास घेऊन शांती बाहेरच्या खोलीत आली. तिथेच जमिनीवर बसून ती पिऊ लागली...

म्हणे मी विसरण्यासाठी पिते – काय विसरायचं?... कसला गुन्हा घडलाय माझ्या हातून? ज्या बायकोबरोबर तो राहत देखील नव्हता, तिला रात्री तीन वाजता, दारूच्या नशेत बोलवण्याचा त्याला काय अधिकार?... ती काय दारूची बाटली आहे की केव्हाही उचलावी?... शांतीच्या डोक्यात रागाची, त्वेषाची उबळ येत होती. त्यासरशी ग्लास ओठाशी जात होता... घडलेला प्रसंग जसाच्या तसा नव्याने डोक्यात फिरत होता...

अपरात्र. राणी आणि शांती झोपलेल्या. अचानक फोनचा आवाज. शांततेनं

घरभर घणघणणारा. तशीच उठून अर्ध्या झोपेत शांती फोन उचलते... मद्यधुंद आवाज – तरीही आर्जवी– ''आत्ताच्या आता निघून ये... मला तुझी फार गरज आहे...'' शांती समजूत घालते, ''मी येऊ शकत नाही गौतम... रात्री तीन वाजता... राणीला एकटं सोडून! तू झोप...'' ''मला झोप येत नाही गं... झोपेच्या गोळ्या घेऊनसुद्धा! मी फार बेचैन आहे...'' त्याची कशीबशी समजूत घालून शांती परत झोपायला जाते. राणीच्या शेजारी अंग टाकते...

पुन्हा चार वाजता फोन... ''मी वाट पाहतोय. येतेस ना?''... ''सकाळी येते. राणी शाळेत गेल्यानंतर नक्की येते...'' ''मी पुन्हा फोन करणार नाही – कदाचित हा फोन शेवटचाच असेल!'' ब्लॅकमेल? काहीही झालं, तरी पहाटे चार वाजता जाणं अशक्य – सकाळी मात्र जायलाच हवं... त्याला भेटायलाच हवं...

शांतीच्या डोळ्यांवर झापड येत होती; पण विचार अजून जागेच होते... रात्र उलटून चालली होती. शकू तर केव्हाच निघून गेली होती... बाटली अर्धी संपली होती. तरी हात आपोआप ग्लासकडे जात होता. ग्लास तोंडाशी जात होता... नकळत रिकामा होत होता... डोळ्यांपुढे चित्रं दिसत होती...

सकाळी आठच्या सुमाराला गौतमच्या जुहूच्या बंगल्यासमोर टॅक्सी थांबते... शांती धावत बंगल्याच्या वरच्या मजल्यावर जाते. बेडरूमचा दरवाजा ढकलून घाईघाईने आत शिरते... बिछान्यावर अस्ताव्यस्त झोपलेला गौतम... शेजारीच रिकामा ग्लास – बाटली – 'सोनोरिल'च्या गोळ्यांची. रिकामी झालेली... संपलेलं... सारं संपलेलं...

शांतीला हुंदके येऊ लागले; पण ते हुंदके आहेत की अति प्याल्यामुळे लागलेल्या उचक्या आहेत, हेही तिला कळत नव्हतं; कारण तिची शुद्ध हळूहळू हरपू लागली होती. तरीही मिटलेल्या डोळ्यांसमोर काहीबाही दिसत होतं... पसरलेला हात... ग्लासच्या तळाशी शिल्लक राहिलेला गुलाबी द्रव... ओठांच्या कोपऱ्यातला फेस... नोकराच्या हाका... अखेरीस तिची शुद्ध पार हरपली...

सकाळी राणी उठली. हाका मारत आईला शोधू लागली. शोधतानाच बाहेरच्या खोलीत आली. पाहते, तर आई जमिनीवर अस्ताव्यस्त पडलेली. ती घाबरून खाली बसली. ''ममीऽ काय झालं तुला? ...ममीऽ'' असं म्हणत तिने शांतीच्या अंगावर लोळण घेतली.

रोजच्या वेळी शकू आली. आपल्याकडच्या चावीने तिने दार उघडलं. आत येऊन पाहते तर काय! बाई बेशुद्ध पडलेल्या आणि त्यांना उठवण्याचा प्रयत्न करत राणी ओक्साबोक्शी रडतेय.

ती बिचारी गांगरून गेली. काय करावं, कुणाला सांगावं, ते तिला एकदम

सुचेना. तिने कसंबसं राणीला शांत केलं. तेवढ्यात तिला आठवलं, की परवा आलेल्या पत्रकार माणसाने जाताना स्वतःचा फोन नंबर देऊन ठेवलाय. एका चिठोऱ्यावर तो लिहून घेऊन ती खालच्या किराणा मालाच्या दुकानात फोन करायला गेली.

राधिका एका आर्ट स्कूलमध्ये लेक्चरर होती. तास लवकरचा असल्यामुळे तिची निघायची गडबड चालली होती. विराज दाढी करत होता. इतक्यात शकूचा फोन आला.

काय प्रकार आहे, हे तिने थोडक्यात सांगितल्यावर विराजने तिला सूचना दिल्या, ''जवळच्या – नेहमी येणाऱ्या डॉक्टरांचा फोन नंबर आहे का? .. वर राहिला असेल, तर खाली घेऊन ये. त्यांना म्हणावं, बाईंना लगेच बघून जा. ते येऊन गेले की मला पुन्हा फोन कर. एवढं जमेल ना?... मग लगेच कर. बिलकूल वेळ घालवू नको.''

त्याचं बोलणं लक्षपूर्वक ऐकणाऱ्या राधिकेने विचारलं, ''प्रॉब्लेम काय आहे?''

विराजने सांगितलं, ''गौतमजी गेल्यापासून सगळ्या जगाचाच संबंध तोडून टाकलाय शांतीदेवींनी. फोन काढून टाकलेला. वेळेवर हाक मारायला जवळचं माणूस नाही. नशीब, मी त्या दिवशी माझा फोन नंबर देऊन आलो!''

राधिका त्याच्याकडे पाहत राहिली. मग म्हणाली, ''मला वाटतं विराज तू जरा जास्तच गुंतत चाललायस शांतीदेवी प्रकरणात!''

एवढं बोलून तिने पर्स खांद्याला अडकवली, आर्ट स्कूल लायब्ररीचं पुस्तक घेतलं आणि ती दार उघडून बाहेर पडली. विराज चकित होऊन तिच्याकडे पाहत राहिला.

ऑफिसला निघालेला विराज जाता जाता डॉक्टर देवधरांच्या नर्सिंग होममध्ये गेला. रिसेप्शनिस्टबरोबर कार्ड पाठवून, नंतर तो डॉक्टरांच्या केबिनमध्ये शिरला.

कार्ड पाहताच डॉक्टर म्हणाले, ''एवढ्यात कळलं पत्रकारांना?''

''नाही. अजून कुणालाच कळलेलं नाही. मी आलोय तो शांतीजींचा हितचिंतक मित्र म्हणून! पत्रकार म्हणून नाही!... काय झालंय शांतीजींना?''

''नथिंग व्हेरी सिरिअस.'' डॉक्टरांचा स्वर आश्वासक होता. ''रात्रभर दारू प्यायल्यामुळे शुद्ध गेलीय. ट्रीटमेन्टनं उद्यापर्यंत नॉर्मल होतील; पण पाहिल्याबरोबर कळतंय – त्यांनी आता दारू पूर्णपणे बंद करायला हवी! नाहीतर काही खरं नाही!.''

''मला वाटतं, शी हॅज अ ट्रिमेन्डस फीलिंग ऑफ लॉस! करिअर गेलं.

ज्याच्यावर मनापासून प्रेम केलं तो नवरा – आपल्या मुलीचा बाप दुरावला!... मला वाटतं, त्यांना त्यांचं गाणं परत मिळालं तरी त्या सावरतील!''

''यू आर राइट... पण हे सारं आपण कुठून परत देणार? एक करता येईल. तुम्ही त्यांचे मित्र ना? मग त्यांना अल्कोहोलिक ॲनॉनिमसमध्ये पाठवा – तिथं कदाचित सुधारतील!''

डॉक्टरांचे आभार मानून विराज बाहेर पडला.

रात्री घरी परतल्यावर त्याने राधिकाला सगळा वृत्तान्त सांगितला.

''विचार काय आहे तिचा?'' राधिका म्हणाली, ''गौतमजींच्या पावलावर पाऊल ठेवून मरण्याचा?''

''कोण जाणे? गौतमजींच्या मरणानं त्या पुरत्या ढासळल्यात एवढं खरं!'' विराज म्हणाला.

''ढासळायला काय झालं? ती दुसरी – गौतमजींची प्रेयसी – पद्मजा? तिचंही प्रेम होतंच ना गौतमजींवर? तिनं कसं स्वतःचं करिअर सांभाळलं?''

''कोण जाणे!'' विराज म्हणाला, ''कदाचित बायको आणि प्रेयसी यांच्यातला हा फरक असेल!''

यावर राधिका काही बोलली नाही; मात्र तिने दुसऱ्या दिवशी त्याच्याबरोबर शांतीजींना भेटायला नर्सिंग होममध्ये जाण्याचं कबूल केलं.

... ती दोघं गेली तेव्हा शांती बिछान्यात उठून बसली होती. सिस्टर तिचे केस विंचरत होती.

नमस्कार करून विराजने विचारलं, ''कसं वाटतंय आता?''

''एकदम फ्रेश!'' शांती स्मित करून म्हणाली, ''या कोण?''

''माझी मैत्रीण – राधिका. चित्रकार आहे.''

''म्हणजे आमच्याच जातीतली – कलावंत!'' शांती हसून म्हणाली.

''हो, पण कलावंता–कलावंतामध्ये फरक असतो.'' राधिका म्हणाली.

''असणारच!'' शांती अनुभवीपणे म्हणाली, ''कारण माणसामाणसामध्येच फरक असतो! कुणी काही मनाला लावून घेतं – कुणी नाही!''

अंथरूण–पांघरूण सारखं करून सिस्टर निघून गेली.

''उद्या घरी जाणार?'' विराजने विचारलं.

''आजच जायचा विचार करतेय. राणीसाठी.''

''रागावू नका; पण राणीसाठी म्हणाल, तर तुम्ही दारू सोडायलाच हवी. फक्त तिच्यासाठी नाही. स्वतःसाठीही. संगीतासाठी.''

''खरंच शांतीजी.'' राधिका एकदम म्हणाली, ''तुम्ही गाणं पुन्हा सुरू करा.

तुमच्या आयुष्यात जी पोकळी तयार झालीये ना, ती दारूनं भरून काढण्याऐवजी, संगीतानं भरून काढा.''

शांती राधिकेकडे काही क्षण पाहत राहिली. मग सावकाश म्हणाली, ''प्रयत्न करीन.''

''वचन देता?'' राधिकेने हात पुढे केला.

त्या हातावर हात ठेवत शांती म्हणली, ''वचन देते.''

चार दिवसांनी विराज शांतीकडे गेला, अल्कोहोलिक ॲनॉनिमसचा फॉर्म घेऊन.

''मी भरून आणलेयत. तुम्ही नुसती सही करा. मी नेऊन देईन.'' तो म्हणाला.

''नाही रे. मला नाही त्यांच्या मीटिंग्ज अटेण्ड करायला जमणार!'' फॉर्म्स बाजूला टाकत ती म्हणाली, ''मी जाते तरी का बाहेर, लोकांमध्ये?'' नंतर एखादं गुपित सांगितल्याप्रमाणे ती म्हणाली, ''मी स्वत:हूनच प्रयत्न करतेय, दारू सोडण्याचा. कालच्या दिवसात अजिबात प्यायले नाही.''

विराजला हसू आलं. तिचा निर्धार कितपत खरा असेल, तो किती काळ टिकेल, काहीच सांगता येण्यासारखं नव्हतं. तो म्हणाला, ''काँग्रॅच्युलेशन्स, कीप इट अप.''

''आणि गाण्याचाही रियाज सुरू करतेय मी परत. परवापासून पंडित शिवशंकर येणारेत.''

विराजला हर्षाच्या उकळ्या फुटायला लागल्या; पण त्याने मनाला सबुरीचा सल्ला दिला.

''बाय द वे –'' अचानक विषय बदलत शांतीने विचारलं, ''तुम्ही लग्न कधी करणार आहात?''

''कधीच नाही.'' विराज म्हणाला.

''लग्नाशिवाय एकत्र राहायचं ठरवलंय तुम्ही?''

''सध्यातरी लग्न केलं, की बाई संसारात गुरफटून जाते, असं वाटतं राधिकेला. ती महत्त्वाकांक्षी आहे. खूप मोठी चित्रकार व्हायचंय तिला.''

''अजून तरी – असं एकत्र राहणं समाजाला पटत नाही. तुमच्या घरच्यांना मान्य आहे हे?''

''राधिकेला जवळचं असं कुणीच नाही! माझी फक्त आई आहे. तिचा विरोध नाही.''

''लग्न पुरुषाच्या सोयीचं असतं. त्याला खात्री असते बायको कायम

आपल्याबरोबर राहील, याची. मी दोन वेळा एखाद्या मित्राबरोबर गेले, तर गौतम कावराबावरा व्हायचा!''

आता हा विषय बदललेला बरा, असं वाटून विराजने आपली रेक्झिनची बॅग उघडली आणि आतून 'बॉम्बे एक्स्प्रेस'चा अंक काढला.

''तुम्ही प्रॉमिस केलं होतं माझ्यावर काही लिहिणार नाही असं!''

''तुमच्यावर नाहीच लिहिलेलं – बघा ना – गौतमजींवर आहे! इन फॅक्ट, आमचे संपादक थोडे नाराज झाले माझ्यावर! मी फार काही पर्सनल लिहिलं नाही म्हणून!''

''ठेवून घेऊ मी हा अंक? त्यांच्यावरच्या बहुतेक लेखांची कात्रणं मी जपून ठेवली आहेत!''

शांतीने गाणं खरोखरच मनापासून सुरू केलं होतं. रोज सकाळी ती पंडितजींबरोबर दोनेक तास रियाज करत असे. पंडितजी तिचा शास्त्रीय संगीताचा पाया पक्का करून घेतच असत. शिवाय न चुकता तिची पूर्वीची गाजलेली फिल्मी–गैरफिल्मी गाणी तिच्याकडून म्हणून घेत असत.

गाण्याच्या तालमीला अधूनमधून राणीदेखील येऊन बसायची. तिला गाण्यात खूप मजा वाटायची. आईबरोबर कधी कधी तीसुद्धा गुणगुणायची. आईचं गाणं ऐकण्यात तिला आनंद व्हायचाच; पण त्याहूनही अधिक आनंद व्हायचा, तो आई पुन्हा गाऊ लागली, याचा.

थोडासा धीर गोळा होताच शांतीने श्रियानला फोन केला. श्रियान गौतमचा अगदी जवळचा मित्र. त्याचा लेखक, त्याचा सल्लागार. गौतमच्या शेवटच्या रात्रीही त्या दोघांनी मद्यपान करत चालू चित्रपटाविषयी गप्पा मारल्या होत्या. घरच्या माणसासारखाच असल्यामुळे अर्थातच त्याला शांतीविषयी वर्षानुवर्षे कमालीचा आदर होता.

म्हणून पुढचं पाऊल उचलताना शांतीने श्रियानला बोलावून घेतलं. तोही तत्परतेने आला. ''कशासाठी मुद्दाम बोलावलंत?'' त्याने अधीरपणे विचारलं.

''मी प्लेबॅक सिंगिंग परत सुरू करायचं म्हणतेय,'' श्रियानची प्रतिक्रिया आजमावत शांती म्हणाली, ''तुझ्या सगळीकडे ओळखी आहेत. एखाद्या चांगल्या म्युझिक डिरेक्टरला सांग, मी परत गाणारेय म्हणून.''

श्रियान एकदम गप्प झाला. मग अस्वस्थपणे म्हणाला, ''तसं बोलेन मी एकदोघांशी; पण गॅरन्टी नाही देता येत!''

शांतीला एकदम धक्का बसला. ''श्रियान!'' ती म्हणाली, ''मला वाटलं

होतं, की मी परत गायला लागतेय याचा तुला खूप आनंद होईल!''

"आनंद ... झालाच मला! पण इंडस्ट्रीचं तुम्हाला ठाऊकच आहे! आउट ऑफ साइट – आउट ऑफ माइन्ड!''

"असं कसं? श्रियान – माझी तेव्हाची गाणी अजूनसुद्धा पॉप्युलर आहेत!''

"त्याबद्दल प्रश्नच नाही! पण गेली सहा-सात वर्षं तुम्ही गाणं सोडलंय – लोक लगेच विसरून जातात आर्टिस्टला.'' आणि तो उठलाच. जाता जाता म्हणाला, "मी कळवतो तुम्हाला काही होऊ शकलं तर!''

"कधी फोन करू?'' तिने हताशपणे विचारलं.

"तुम्ही नको – मीच करीन!'' एवढं बोलून तो गेलाच.

सुन्न होऊन शांती बसून राहिली. हा श्रियान? रात्रंदिवस आपल्या घरात वावरणारा – माझ्या प्रत्येक नव्या गाण्याला दाद देणारा ... आठवणी काढकाढून जुनी गाणी पुन:पुन्हा म्हणायला लावणारा...! परिस्थिती बदलली, की माणसं इतकी बदलतात?

एवढ्यात शकू एका माणसाला घेऊन हॉलमध्ये आली.

"टेलिफोन बसवायचाय.'' तो माणूस म्हणाला.

"कुठून आलात तुम्ही?''

"टेलिफोन कंपनीतून. विराज केतकरांनी इथला पत्ता दिलाय. तुम्हाला सांगितलंय की डिरेक्टरीत नाव येणार नाही. नंबर अनलिस्टेड राहील!''

तिने परवानगी देताच तो माणूस फोन बसवण्याच्या कामाला लागला. आता तिची बरीच सोय होणार होती. म्युझिक डिरेक्टर्स तिच्याशी संपर्क साधू शकणार होते ... याच वेळी टेलिफोन मिळाला, हा तिला शुभयोगच वाटला. मनातल्या मनात तिने विराजला धन्यवाद दिले. श्रियानचा तसा अनुभव आणि विराजचा असा! ठीक आहे ... जुने मित्र जाताहेत! नवीन मित्र मिळताहेत!

संध्याकाळ व्हायला लागली होती. राणी अभ्यासाला तिच्या मैत्रिणीकडे जाण्याच्या तयारीत होती. एवढ्यात बेल वाजली. शकूने दार उघडलं. हातात फुलांचा गुच्छ आणि केक बॉक्स घेऊन विराज आत आला. शांतीच्या हातात गुच्छ देत म्हणाला, "मेनी हॅपी रिटर्न्स ऑफ द डे!''

"तुला कसं कळलं?''

"पेपरमध्ये आलंय – 'आजचे वाढदिवस'मध्ये.''

"म्हणजे आठवण आहे तर लोकांना माझी!'' शांती म्हणाली.

"मी परत येईपर्यंत केक कापायचा नाही हं!'' अशी ताकीद देऊन राणी मैत्रिणीकडे गेली.

"आजच्या दिवशी तू पण घेशील ना ड्रिंक?'' शांतीने विचारलं.

“नाही – आणि तुम्ही पण घेऊ नका. अलीकडे कमी केलंय ना पिणं?... मग आजचा वाढदिवस ड्रिंक्सशिवाय सेलिब्रेट करू या आपण.”

मग शकूने कॉफी केली आणि ती दोघं गप्पा मारत बसली.

“ड्रिंक्स घेण्यावरून आठवलं.” शांती म्हणाली, “एके दिवशी मला गौतमनं, ‘हवेली की आह’ची वनलाइन ऐकवली... बाहेरख्याली नवऱ्यासाठी त्याची बायको दारू प्यायला लागते आणि आयुष्यातून उठते... अशी!” शांती हसत हसत म्हणाली – “मी त्याला म्हटलं, ही तर आपलीच गोष्ट आहे!”

“ग्रेट मूव्ही!” विराज तो चित्रपट आठवून म्हणाला, “त्यातली छोटी बहूची गाणी काय म्हटलीयेत तुम्ही! अजरामर आहेत ती!”

“असणारच! ती गाताना मला असंच वाटत होतं, की यातली छोटी बहू आपणच आहोत!... पण माझं छोटी बहू असणं, भोलानाथसारख्या हाकेला धावून येणाऱ्या मित्राशिवाय अपुरं होतं... आता तेही पुरं झालं!”

“ते कसं?”

“तू भेटलास ना मला? माझा भोलानाथ!” विराजच्या खांद्यावर हलकेच चापट मारत शांती म्हणाली. “आता मी पुरती छोटी बहू झाले.”

शांती संगीत दिग्दर्शक रघुराजच्या ऑफिसमध्ये पोहोचली, तेव्हा तो ट्रान्झिस्टरवर पाश्चात्त्य संगीत ऐकत होता.

रघुराज इंडस्ट्रीतला नामवंत संगीत दिग्दर्शक होता, अगदी पहिल्या चारातला एक म्हटलं तरी चालेल! शांतीने त्याच्याकडे खूप गाणी म्हटली नव्हती; पण त्यांची चांगली मैत्री होती. त्या मैत्रीवर विसंबूनच त्याने शांतीला ‘गम के साये’ म्हणायला लावलं होतं. लग्नानंतर शांतीने गौतम शाहू बॅनरच्या बाहेर म्हटलेलं ते एकमेव गाणं. तिने बाहेर गाणं म्हटल्याचं कळताच गौतम इतका संतापला होता! ते गाणं चित्रपटातूनच काढून टाकायला लावत होता! ... शेवटी निर्मात्याने गयावया केल्यावर ते चित्रपटात राहिलं... आणि त्याच गाण्याला रघुराजला ‘फिल्मफेअर ॲवॉर्ड’ मिळालं!

असा इतिहास असल्यामुळेच शांतीने नव्या डावासाठी त्याला भेटायचं ठरवलं. बाहेर न पडण्याचा आपला नियम मोडून!

शांतीला पाहताच रघुराज भूत दिसावं तसा दचकला. त्याने ट्रान्झिस्टर बंद केला आणि उभा राहत तो म्हणाला, “बसा, बसा.”

शांती बसली. प्यूनने आणून दिलेलं पाणी प्यायली. मग खाली बसून रघुराजने विचारलं, “बोला, काय हुकूम आहे?”

“तुमच्याकडे परत गायचंय!”

रघुराज विचारात पडला. शांती, अनिश्चिततेच्या काठावर!

लांबच लांब वाटणाऱ्या काही क्षणानंतर रघुराज म्हणाला, ''ते कठीण आहे शांतीजी. आता तुमचा आवाज बदललाय! समय बडी खतरनाक चीज होती है शांतीजी!''

''का? माझ्याहून वीस वर्षांनी मोठ्या सिंगर्स अजून गातातच ना?''

''त्यांची गोष्ट वेगळी आहे शांतीजी. पूरी इन्डस्ट्री उनकी मुठ्ठी में बंद है!''

क्षणभर शांतता पसरली. मग शांती उठली.

''ठीक आहे. माझी किंमत मला कळली.'' असं म्हणून ती बाहेर जाऊ लागली.

''प्लीज, शांतीजी. रागावून जाऊ नका. बसा.''

ती परत येऊन बसली.

''तुमचं गाणं कोणालाही आवडतंच! गाणं न आवडणारा गद्धा!'' रघुराज किंचित भावनाप्रधान होऊन म्हणाला. ''पण एक थोडा प्रॉब्लेम आहे!''

''कसला?'' शांतीने विचारलं.

''इन्डस्ट्रीत तुमचं नाव पिण्यासाठी खराब झालंय. रेकॉर्डिंग ठेवलं, तर झोल होऊ शकतो!''

''मी दारू सोडलीये हल्ली!'' शांती हसून म्हणाली. ''डॉक्टरांच्या सांगण्यावरून!''

''अट्टल पिणारेसुद्धा असंच म्हणतात. त्यांचा भरोसा कसा देणार?''

''मी तुम्हाला वचन देते. राणीची शप्पथ घेऊन!'' कातर आवाजात शांती म्हणाली. ''रेकॉर्डिंग होईपर्यंत मी दारूला हात लावणार नाही!''

''तसं कॉन्ट्रॅक्ट कराल?''

''नो प्रॉब्लेम!'' शांती सहजपणे म्हणाली, ''आत्ताच सही करते.''

''उद्या असिस्टंटबरोबर पाठवतो कॉन्ट्रॅक्ट.'' विचारासाठी वेळ असावा म्हणून रघुराज सावधपणे म्हणाला. ''असिस्टंट गाण्याची कॅसेट ऐकवेल – रिहर्सलही घेईल!''

''थँक यू व्हेरी मच, रघुजी.'' शांती मनापासून म्हणाली.

''पण तुम्ही वचन नाही ना मोडणार?'' रघुराजने काळजी वाटून विचारलं.

दुसऱ्या दिवशी रघुराजने ठरल्याप्रमाणे आपला सहायक रमेश याला पाठवलं. त्याने शांतीला चाल ऐकवली. गाणं सुरेखच होतं. शांतीच्या आवाजाच्या जातीला योग्य असंच होतं. सगळं काही नीट जमलं, तर हे गाणं तिच्या पूर्वीच्या गाण्यांइतकंच लोकप्रिय होण्यासारखं होतं. रमेश प्रेमाने ते तिच्याकडून म्हणून घेत होता. चिमुकली राणीदेखील त्यांच्या तालमीला येऊन बसायची.

तरीही अजून शांतीचा आत्मविश्वास पुरता परत आलेला नव्हता. मधल्या काळात गाण्याचा सराव न केल्याचा परिणाम तिच्या गाण्यावर नाही, तरी आत्मविश्वासावर झालाच होता...

"ठीक होतंय ना गाणं?" ती अधूनमधून रमेशला विचारी.

"एकदम टॉप!" राणी दाद देई.

"तू गप्प गं!... रमेश, खरंच कसं वाटतंय?"

"एक्सलन्ट!" तो उत्साहाने म्हणायचा.

"आवाज ठीक लागतोय? की थकलेला वाटतोय?"

"कोई फर्क नहीं आया है आवाज में!" रमेश घसघशीत प्रोत्साहन द्यायचा. "बिलकुल पहले जैसी है... वही मदभरी आवाज!"

मग शांती आपल्या गहिऱ्या आवाजात गायची, "रात ढल गयी, प्रीतम न आये..."

शेवटी रेकॉर्डिंगची तारीख ठरली.

सकाळीसकाळीच विराजला फोन गेला.

"हॅलो – मी शांती बोलतेय." आश्चर्याने विराजच्या हातातून चहाचा कप खाली पडायची वेळ आली. आजवर शांतीने आपणहून कधीच फोन केला नव्हता.

"व्हॉट अ ग्रॅन्ड सरप्राइज– बोला!"

"एक रिक्वेस्ट करायची होती... आज दुपारी लक्ष्मी स्टुडिओत माझ्या गाण्याचं रेकॉर्डिंग आहे."

"ग्रेट!" अंघोळीला जाण्याची तयारी करीत असलेल्या राधिकेला थांबवून विराजने बातमी दिली – "शांतीजींचं रेकॉर्डिंग आहे आज!"

"तू येऊ शकशील का माझ्याबरोबर स्टुडिओत?" शांती विचारत होती. "ते गाडी पाठवणारेयत– पण कुणीतरी सोबतीला हवं!... इतक्या वर्षांनी गातेय– मला कॉन्फिडन्स नाही रे वाटत!"

"गाऊ शकाल याची गॅरन्टी टू हन्ड्रेड पर्सेन्ट!" विराज उत्साहाने म्हणाला. "हिट होणार बघा हे गाणं!"

"असं म्हणणारं कोणी बरोबर असेल तरच मी गाऊ शकेन. तू येशील ना?"

"नो प्रॉब्लेम! किती वाजता आहे रेकॉर्डिंग?"

"चार!"

"मी हजर आहे तुमच्या घरी, तीन वाजता शार्प."

"मेहेरबानी... मी वाट बघते तुझी!"

फोन ठेवल्यावर विराज राधिकेला म्हणाला, "त्यांना कॉन्फिडन्स नाहीये

गाण्याचा, म्हणून मला सोबत–''

"कमाल आहे!'' राधिका म्हणाली. "आता त्यांना रेकॉर्डिंगला जाण्यासाठी-सुद्धा तुझी गरज पडायला लागली?''

"इतक्या वर्षांनी गाताहेत ना, म्हणून.''

"तसं काही नाही.'' राधिकेच्या शब्दांना धार होती. "तुझा सहवास त्यांना आवडतो, म्हणून काही ना काही कारण काढून... मला नाही हे पटत!''

"पटत नाही म्हणतेस?'' तिला जवळ घेत विराज म्हणाला. "पण त्यांना गाणं पुन्हा सुरू करण्याची कल्पना कोणी दिली? तूच ना?''

"लाडात येऊ नकोस.'' त्याला झटकून टाकून ती अंघोळीला गेली.

दुपारचे दोन वाजून गेले होते.

विराज टेबलवरचं सगळं काम उरकून निघण्याच्या तयारीत होता. इतक्यात शिपाई आला आणि म्हणाला, "पराडकर साहेबांनी अर्जन्ट मीटिंग बोलवलीये.''

"आत्ता?'' मनगटावरचं घड्याळ पाहत विराजने विचारलं.

"हो. लगेच चला!''

पुन्हा एकदा घड्याळ पाहत विराज निघाला.

पराडकरांच्या केबिनमध्ये पंधरा-वीसजण दाटीवाटीने उभे होते, बसले होते. विराज पाठीमागे उभा राहिला.

पराडकर सगळ्यांना परिस्थिती समजावून देत होते – "इमर्जन्सी सिच्युएशन क्लिअर होईपर्यंत आज कोणीही कुठेही जाऊ नका! आय वॉन्ट एव्हरीबडी इन द ऑफिस!''

विराजला बोलावंसं वाटत होतं; पण तो गप्पच राहिला.

"एव्हरीबडी प्लीज को-ऑपरेट. इतरांच्यापेक्षा अधिक डिटेल्स यायला हवेत आपल्याकडे. नो लॅप्सेस...''

जागेवर पोहोचताच विराजने शांतीला फोन लावला.

"येतोयस ना तीनपर्यंत?'' शांतीने विचारलं. "मी वाट बघतेय.''

"सॉरी शांतीजी. मी निघू शकत नाहीये ऑफिसातून!''

"अरे देवा!''

"मी आज आयुष्यातली एक मोठी संधी गमावतोय – तुमचं रेकॉर्डिंग ऐकण्याची.'' तो मनापासून म्हणाला. "पण, तुम्ही जोरात गा. हे गाणं तुमच्या करिअरमधलं सर्वांत सुंदर गाणं होऊ दे... ऐकताय ना शांतीजी?''

"...हूं!''

"ऑल द बेस्ट शांतीजी!''

शांतीने फोन खाली ठेवला. तिच्या हातापायातली शक्तीच गेल्यासारखं झालं. आपण रेकॉर्डिंगला जाऊच शकणार नाही, असं तिला वाटलं. ती नुसती बसूनच राहिली.

मध्येच कधीतरी तिला टेबलवरचं घड्याळ दिसलं. साडेचार. म्हणजे? रेकॉर्डिंगची वेळ टळून गेली? अजून आपल्याला न्यायला कुणी आलं नाही! त्यांनी दुसऱ्याच गायिकेला दिलं असेल का हे गाणं? पण आपल्याला न कळवता? एका परीने बरंच झालं. आता विराजशिवाय एकटंच जावं लागणार नाही! उलटसुलट विचारांमध्ये ती गोंधळून गेली... घड्याळ टिकटिकत होतं. वेळ पुढे जात होता.

शेवटी मनाचा हिय्या करून तिने फोन लावला. रघुराजच्या मॅनेजरला.

"हॅलो – मी शांती शाहू बोलतेय... नमस्ते... माझं रेकॉर्डिंग होतं ना आज? ते पोस्टपोन झालंय का? आहे? सहा वाजता? नक्की ना? लौकर पाठवा कुणीतरी!"

एकदम तिच्या छातीवर दडपण आलं. एक चोरटी आशा होती – रेकॉर्डिंग कॅन्सल झालं असेल अशी! पण नाही– रेकॉर्डिंग आहे... जायला हवं! गाणं म्हणायला हवं! ते चांगलं व्हायला हवं! होईल का? आणि नाही झालं तर?

तिने एकदा पहिल्या दोन ओळी म्हणून पाहिल्या. 'रात ढल गयी प्रीतम न आये..' आवाज कापतोय का?... अरे देवा...

तिचे हातपाय थरथरू लागले. डोळ्यांतून, नाकातून पाणी वाहू लागलं. एकाएकी अतिशय निराधार वाटू लागलं. अजून गाडी कशी येत नाही?... विराज येणारच नाही... एकटीनेच जायचं... कोणाच्या आधाराने स्टुडिओत जायचं? कोणाच्या आधाराने गाणं म्हणायचं? नकोच होतं हे काही... उगाचच... आपण कसे सुरक्षित होतो इतके दिवस... उगाच ओढवून घेतलं हे संकट...

पण आहे, या संकटात एक आधार आहे...

शांतीने फडताळ उघडलं. इतके दिवस त्याच्यात एक बाटली पडून होती. किचनमधून ती एक ग्लास घेऊन आली. तिने तो अर्धा भरला. तोंडाला लावला. बरेच दिवस अंतरलेल्या त्या तुरट-कडवट चवीने तिचा घसा उबदार झाला. नाही – आता नाही आवाज कापणार!... ती घोटावर घोट घेऊ लागली.

एवढ्यात फोन वाजला. तिला क्षणभर भीती वाटली. गाडी आलेय की काय? पण फोन विराजचा होता. तिचा ताण एकदम सैल झाला.

"हॅलो! झालं का रेकॉर्डिंग? चांगलं–"

"नाही. अजून नाही झालं. सहानंतर आहे म्हणाले; पण मला जावंसंच वाटत नाहीये. भीती वाटतेय खूप!"

"असं नका करू शांतीजी. डोन्ट लूज कॉन्फिडन्स – ॲट एनी कॉस्ट... आजवर

तुम्ही शेकडो अविस्मरणीय गाणी म्हटलीयत. ती आठवा. प्लीज फॉर माय सेक...
मी जमलं तर प्रयत्न करतो डिरेक्टली स्टुडिओवर येण्याचा. ओके? बी ब्रेव्ह शांतीजी,
माझ्यासाठी, माझ्यासाठी गा– यू ओ धिस साँग टू मी, प्लीज–''

शांती काहीच बोलली नाही.

तिने हलकेच फोन खाली ठेवून दिला आणि ग्लास परत भरला.

ती एक घोट घेतेय एवढ्यात धाडकन दार लोटून राणी आत आली.
नेहमीप्रमाणे धावत धावत.

शांतीच्या हातात ग्लास बघून ती चमकली. दप्तर फेकून ती आईकडे धावत
गेली.

''हे काय गं मम्मी – तू दारू सोडली होतीस ना?'' शांतीच्या हातातला
ग्लास काढून घेत ती म्हणाली.

शांती ओशाळली, ''थोडीशीच घेतली–'' ती आर्जवाने म्हणाली. ''कॉन्फिडन्स
यावा, म्हणून! नाहीतर मला–मला गाताच येणार नाही! प्लीज – प्लीज दे ना
माझा ग्लास!''

राणीने ग्लास परत दिला. तिच्या डोळ्यांना धारा लागल्या.

आणखी तासाभरात, रघुराजने पाठवलेली गाडी 'लक्ष्मी स्टुडिओ'च्या दारात
उभी राहिली.

शांती गाडीतून उतरली. उतरून सरळ चालत येताना, तिच्या शरीराने घेतलेला
किंचित हेलकावा, दारातच वाट पाहत उभ्या असलेल्या रघुराजच्या नजरेतून
सुटला नाही. त्याने जवळ उभ्या असलेल्या रमेशकडे पाहिलं.

''हाय रघुजी.'' सहज बोलण्याचा प्रयत्न करीत शांती म्हणाली.

रघुराज तिच्याकडे पाहत राहिला.

''शांतीजी, तुम्ही कॉन्ट्रॅक्ट मोडलंय! पिऊन आलाय तुम्ही.''

''इतक्या दिवसात पहिल्यांदाच!'' खालच्या आवाजात शांती म्हणाली. ''अगदी
थोडीशीच घेतली! कॉन्फिडन्स येण्यासाठी!''

रघुराज म्हणाला, ''या अवस्थेत तुम्ही गाऊ शकणार नाही.''

''गाईन! ऐका तर तुम्ही!''

''सॉरी, शांतीजी.'' रघुराज नाइलाजाने, थोड्या करडेपणाने म्हणाला – ''मला
तुम्हाला गाऊ देता येणार नाही!''

''प्लीज– प्लीज गाऊ द्या ना मला!'' शांती काकुळतीने म्हणाली. ''मी
चांगलं गाईन. रमेशजींना विचारा. किती छान बसलंय हे गाणं! एकदा ऐकलंत
की खात्री पटेल तुमची!''

रघुनाथ नाराजीने म्हणाला, ''ओके! यू बेटर बी गुड!'' मग तो रमेशला व त्याच्या पाठीमागे उभ्या असलेल्या असिस्टंटला म्हणाला – ''कमॉन बॉइज!... गेट रेडी!''

रघुराज रेकॉर्डिंग ब्लॉकमध्ये गेला. साउंड रेकॉर्डिंग टिपणीसही तयारीत होता. रघुराज आत येताच असिस्टंट रेकॉर्डिस्टने त्याला इअरफोन दिला.

रमेश शांतीला आर्टिस्ट ब्लॉकमध्ये घेऊन गेला. त्याने तिचा माइक ॲडजस्ट करून दिला, तिला इअर फोन लावून दिला. गाण्याचे शब्द लावलेला स्टॅन्ड तिच्यासमोर येईल असं पाहिलं. फार वेळ न घालवता रेकॉर्डिंग सुरू झालं.

रघुराजने काचेतून शांतीला 'ॲक्शन'ची खूण केली; पण शांती सुरुवातच करीना. असं दोन-तीन वेळा झाल्यावर रघुराज रागावला. त्याने रमेशला खुणा केल्या. सुरू करायला सांग ना तिला...

शांती स्तब्ध उभी होती... आपण कुठे आहोत? समोरची लाल रंगाची भिंत... ती हलली का आता?

रमेश तिच्याजवळ जाऊन हलकेच बोलला – ''शांतीजी!''

अचानक काहीतरी हललं. जागं झालं. त्याबरोबर शांतीने पहिला आलाप घेतला.

नाही, नाही, हा पक्का नाही आला... हा आलाप शांती शाहूचा नव्हेच. ती थांबली.

टिपणीसांनी रेकॉर्डिंग थांबवलं.

पुन्हा एकदा शांतीने आलाप घेतला. आवाज कापतोय का? ती गायची थांबली.

घाईघाईने सुरू केलेलं रेकॉर्डिंग टिपणीसांनी थांबवलं. रघुराजकडे पाहिलं.

या वेळी असं काही होता कामा नये! आलाप पक्का यायला हवा! तो जमला की पुढच्या ओळी जमतील! ''बी ब्रेव्ह शांतीजी. माझ्यासाठी गा. यू ओ धिस साँग टू मी.''

थर्ड टेक... फोर्थ... फिफ्थ टेक... आणि शांतीने कसून आलाप घेतला... रमेशचा पडलेला चेहरा उजळला. रघुराजची काळजी किंचित कमी झाली.

आलापालाच जोडून ओळ – 'रात ढल गयी, प्रीतम न आये...'

या वेळी रघुराजने टेक थांबवला. हा स्वर शांतीदेवीचा – आख्यायिका बनलेला तो आवाज – असा जड – मद्यधुंद...?

रघुराज आर्टिस्ट ब्लॉकमध्ये आला. शांतीला म्हणाला – ''धिस वोन्ट डू शांतीजी. वुइल रेकॉर्ड इट सम अदर टाइम! आज तुमच्यानं हे होणार नाही!''

''प्लीज – मी परत म्हणते!'' शांती विनवणी करू लागली – ''चार वेळा

– पाच वेळा – दहा वेळा म्हणते! त्यातलं तुम्हाला चांगलं वाटेल ते ठेवा!.. पण, मला गाऊ द्या. प्लीज, मला गाऊ द्या!''

''आय ॲम सॉरी शांतीजी. तुमचा मान राखायचा म्हणून मी इतका वेळ...'' आणि रघुराज रमेशला म्हणाला. ''त्यांचा इअरफोन घे.''

ताडताड चालत रघुराज साउंड ब्लॉकमध्ये गेला आणि टिपणीसांना, त्यांच्या सहायकाला म्हणाला – ''सॉरी गाइज. टुडेज रेकॉर्डिंग इज कॅन्सल्ड!''

अतिशयच दुःखी, अवमानित झालेली शांती स्टुडिओच्या लॉबीतून एकटीच चालत होती. तिला बाहेर सोडायला कोणीही आलं नव्हतं... थोड्या वेळापूर्वी या लॉबीतून ती एके काळची थोर गायिका म्हणून चालत होती... आता ती कोणीच नव्हती. यापुढेही कोणीच असणार नव्हती. आज तिला गाता आलं नव्हतं. हे इन्डस्ट्रीत ताबडतोब पसरणार होतं. तिला गाण्याची दुसरी संधी मिळणारच नव्हती. यापुढे तिचं एकही गाणं रेकॉर्ड होणार नव्हतं... शेकडो अविस्मरणीय गाणी म्हणणारा शांती सारंगचा – शांती शाहूचा तो आवाज आता नाहीसाच झाला होता... आता यापुढे शांतता होती... भयाण शांतता... सगळीकडे काळोख दाटून राहिला होता.

शांती 'लक्ष्मी स्टुडिओ'च्या दाराशी येतेय एवढ्यात 'बॉम्बे एक्स्प्रेस' असं लिहिलेली एक पांढरी गाडी समोरच येऊन थांबली.

तिच्यातून विराज उतरला.

घाईघाईने आत येऊ लागला. शांतीला पाहताच दारातच थबकला.

''सॉरी– मला उशीर झाला!... संपलं रेकॉर्डिंग? कसं झालं?''

शांती काहीच बोलली नाही. तसा तोही गप्प झाला.

मुकाट्यानेच ती दोघं बाहेर पडली.

'बॉम्बे एक्स्प्रेस'च्या गाडीशी आली. विराजने किंचित लवून हात पसरला. तशी शांती गाडीत चढली.

पाठोपाठ विराज गाडीत बसला. दार लावून घेतलं. ड्रायव्हरने गाडी सुरू केली.

शांती मूकपणे बसली होती. न राहवून विराज हलकेच म्हणाला – ''शांतीजी...''

इतका वेळ घातलेला स्वाभिमानाचा बांध त्या हाकेने कोसळला. शांती विराजच्या खांद्यावर डोकं ठेवून मुक्तपणे रडू लागली... पुन:पुन्हा म्हणू लागली– ''भोलानाथ... भोलानाथ...''

– प्रिय मैत्रीण/दिवाळी २०१४